రచయిత గురించి

రాజశేఖర్ లైటింగ్ మరియు ఎలక్ట్రానిక్స్ రిపేర్ రంగంలో అనుభవజ్ఞుడైన నిపుణుడు. లైటింగ్ పరిశ్రమలో 10 సంవత్సరాలకు పైగా అనుభవం ఉన్న రాజశేఖర్‌కు PAR లైట్లు, 12V SMPS, 5V SMPS మరియు పిక్సెల్ LED సిస్టమ్‌లను రిపేర్ చేయడంలో విస్తృత పరిజ్ఞానం మరియు నైపుణ్యం ఉంది.

చిన్నప్పటి నుండి, రాజశేఖర్ ఎలక్ట్రానిక్స్ మరియు వివిధ పరికరాల పనితీరును అన్వేషించడంలో ఆసక్తిని పెంచుకున్నాడు. అతని అభిరుచి మరియు అంకితభావం అతన్ని సాంకేతిక మరమ్మత్తులో వృత్తిని కొనసాగించడానికి దారితీసింది, లైటింగ్ ఫిక్చర్స్ మరియు ఎలక్ట్రికల్ సామాగ్రిలో ప్రత్యేకత కలిగి ఉంది. సంవత్సరాలుగా, రాజశేఖర్ ఈవెంట్ నిర్వాహకులతో కలిసి పనిచేశాడు, అతని అసాధారణమైన మరమ్మత్తు నైపుణ్యాలు మరియు సరిగా పని చేయని పరికరాలను తిరిగి జీవం పోసే సామర్థ్యం కోసం ఖ్యాతిని సంపాదించాడు.

రాజశేఖర్ జ్ఞానాన్ని పంచుకోవడం మరియు వారి మరమ్మత్తులను నియంత్రించడానికి ఇతరులను శక్తివంతం చేసే శక్తిని బలంగా నమ్ముతారు. లైటింగ్ రంగంలో ఆసక్తి ఉన్న DIY ఔత్సాహికులు మరియు సాంకేతిక నిపుణుల కోసం అందుబాటులో ఉన్న వనరుల కొరతను గ్రహించిన రాజశేఖర్ DIY గైడ్‌ను వ్రాయాలని నిర్ణయించుకున్నారు:

PAR లాంప్స్, 12V SMPS, 5V SMPS మరియు పిక్సెల్ LED రిపేరింగ్. సంక్లిష్టమైన మరమ్మతు విధానాలను సులభతరం చేసే సమగ్ర వనరును అందించడం అతని లక్ష్యం, ఈ ముఖ్యమైన లైటింగ్ భాగాలతో సాధారణ సమస్యలను పరిష్కరించడానికి పాఠకులకు అవసరమైన విశ్వాసం మరియు నైపుణ్యాలను అందించడం.

ఈ గైడ్ ద్వారా, రాజశేఖర్ తన సాంకేతిక నైపుణ్యాన్ని మరియు మీ లైటింగ్ పరికరాలను అర్థం చేసుకోవడానికి మరియు రిపేర్ చేయడానికి వ్యక్తులను శక్తివంతం చేయడంలో అభిరుచిని పంచుకున్నారు. ప్రతి ఒక్కరూ నైపుణ్యం కలిగిన రిపేర్‌మెన్‌గా మారగల సామర్థ్యాన్ని కలిగి ఉంటారని మరియు లైటింగ్ మరమ్మతు యొక్క మనోహరమైన ప్రపంచాన్ని అన్వేషించడానికి ఈ పుస్తకం పాఠకులను ప్రేరేపిస్తుందని అతను నమ్ముతున్నాడు.

రాజశేఖర్ యొక్క DIY గైడ్: PAR ల్యాంప్స్, 12V SMPS, 5V SMPS మరియు Pixel LED రిపేర్ చేయడం అనేది అతని అత్యుత్తమ అంకితభావానికి మరియు ఇతరులకు వారి లైటింగ్ రిపేర్ సమస్యలతో సహాయం చేయడంలో నిబద్ధతకు నిదర్శనం. అతని మార్గదర్శకత్వంతో, పాఠకులు తమ లైటింగ్ సిస్టమ్‌ల దీర్ఘాయువు మరియు సరైన పనితీరును నిర్ధారిస్తూ వారి స్వంత మరమ్మతు ప్రయాణాలను నమ్మకంగా ప్రారంభించవచ్చు.

పరిచయం

DIY గైడ్‌కి స్వాగతం: PAR లాంప్స్, 12V SMPS, 5V SMPS మరియు పిక్సెల్ LED రిపేరింగ్. ఈ సమగ్ర eBook ఈ ముఖ్యమైన లైటింగ్ భాగాలను రిపేర్ చేయడంలో మరియు నిర్వహించడంలో మీకు సహాయపడటానికి దశల వారీ సూచనలు మరియు ట్రబుల్షూటింగ్ పద్ధతులను మీకు అందించడం లక్ష్యంగా పెట్టుకుంది. మీరు ఔత్సాహిక సాంకేతిక నిపుణుడు, అభిరుచి గల వ్యక్తి లేదా లైటింగ్ పరిశ్రమ నిపుణుడు అయినా, ఈ గైడ్ సాధారణ సమస్యలను అధిగమించడానికి మరియు మరమ్మతులపై డబ్బు ఆదా చేయడానికి మీకు జ్ఞానం మరియు నైపుణ్యాలను అందిస్తుంది. డైవ్ చేద్దాం!

విషయాలు

అధ్యాయం 1: PAR లాంప్స్ లేదా PAR క్యాన్ లాంప్‌లను అర్థం చేసుకోవడం

1.1 PAR దీపాలు అంటే ఏమిటి?

పారాబోలిక్ అల్యుమినస్ రిఫ్లెక్టర్ ల్యాంప్‌లకు సంక్షిప్తంగా ఉండే PAR ల్యాంప్‌లు వినోద పరిశ్రమ, స్టేజ్ లైటింగ్, కచేరీలు, థియేటర్లు మరియు ఆర్కిటెక్చరల్ లైటింగ్‌లో విస్తృతంగా ఉపయోగించబడుతున్నాయి. అవి ఫోకస్డ్ మరియు కంట్రోల్ చేయగల బీమను ఉత్పత్తి చేసే సామర్థ్యానికి ప్రసిద్ధి చెందిన బహుముఖ లైటింగ్ ఫిక్చర్లు.

PAR ల్యాంప్‌లు సీల్డ్ మెటల్ ఛాంబర్‌లను కలిగి ఉంటాయి, ఇవి వెనుక భాగంలో పారాబోలిక్ రిఫ్లెక్టర్ మరియు ముందు భాగంలో ల్యాంప్ హోల్డర్ ఉంటాయి. అవి PAR 16, PAR20, PAR38 మరియు PAR64 వంటి వివిధ పరిమాణాలలో అందుబాటులో ఉన్నాయి, ప్రతి పరిమాణం వివిధ బీమ్ కోణాలు మరియు కాంతి అవుట్‌పుట్ సామర్థ్యాలను అందిస్తోంది.

ఈ దీపాలు ఫిలమెంట్ లేదా అధిక-తీవ్రత ఉత్సర్గ (HID) దీపాన్ని ఉపయోగిస్తాయి. ఫిలమెంట్-ఆధారిత PAR దీపాలు సాధారణంగా ప్రకాశించే లేదా ప్రకాశించే బల్బులను

ఉపయోగిస్తాయి, అయితే HID దీపాలలో మెటల్ హాలైడ్ లేదా అధిక-పీడన సోడియం బల్బులు ఉంటాయి.

PAR దీపాలు వాటి బలమైన నిర్మాణం, బహుముఖ ప్రజ్ఞ మరియు రంగు కణాలు లేదా రంగు ఫిల్టర్లను ఉపయోగించి శక్తివంతమైన మరియు సంతృప్త రంగులను ఉత్పత్తి చేయగల సామర్థ్యం కారణంగా ప్రసిద్ధి చెందాయి. ప్రదర్శనకారులను హైలైట్ చేయడానికి, నాటకీయ ప్రభావాలను సృష్టించడానికి లేదా విభిన్న సెట్టింగ్ల యొక్క సాధారణ ప్రకాశాన్ని అందించడానికి స్టేజ్ లైటింగ్ కోసం వీటిని సాధారణంగా ఉపయోగిస్తారు.

PAR లైట్ హౌసింగ్ లోపల ఉన్న రిఫ్లెక్టర్ బీమ్ కోణాన్ని నియంత్రించడంలో మరియు లైట్ అవుట్‌పుట్‌ను ఫోకస్ చేయడంలో సహాయపడుతుంది. ఫిక్చర్ లోపల దీపం యొక్క స్థానాన్ని సర్దుబాటు చేయడం ద్వారా లేదా బార్న్ డోర్లు లేదా స్నూడ్స్ వంటి ఉపకరణాలను ఉపయోగించడం ద్వారా, మీరు కాంతి పుంజం యొక్క దిశ మరియు వ్యాప్తిని మరింత ఆకృతి చేయవచ్చు మరియు నియంత్రించవచ్చు.

PAR లైట్లు తరచుగా సర్దుబాటు చేయగల బ్రాకెట్లు లేదా యోక్లను కలిగి ఉంటాయి, ఇవి లైటింగ్ స్టాండ్లు, ట్రస్సులు లేదా ఇతర మద్దతు నిర్మాణాలకు సులభంగా మౌంట్ చేయడానికి మరియు ఫిక్సింగ్ చేయడానికి అనుమతిస్తాయి.

బల్బ్ రీప్లేస్‌మెంట్, వైరింగ్ సమస్యలు లేదా అంతర్గత ప్రతిబింబంతో సమస్యలు వంటి సాధారణ సమస్యలను

ట్రబుల్షూటింగ్ మరియు రిపేర్ చేయడానికి PAR లైటింగ్ యొక్క ప్రాథమికాలను అర్థం చేసుకోవడం చాలా అవసరం. కింది అధ్యాయాలలో, మేము PAR దీపాలకు సంబంధించిన భాగాలు, ఆపరేటింగ్ సూత్రాలు మరియు మరమ్మత్తు సాంకేతికతలను పరిశీలిస్తాము.

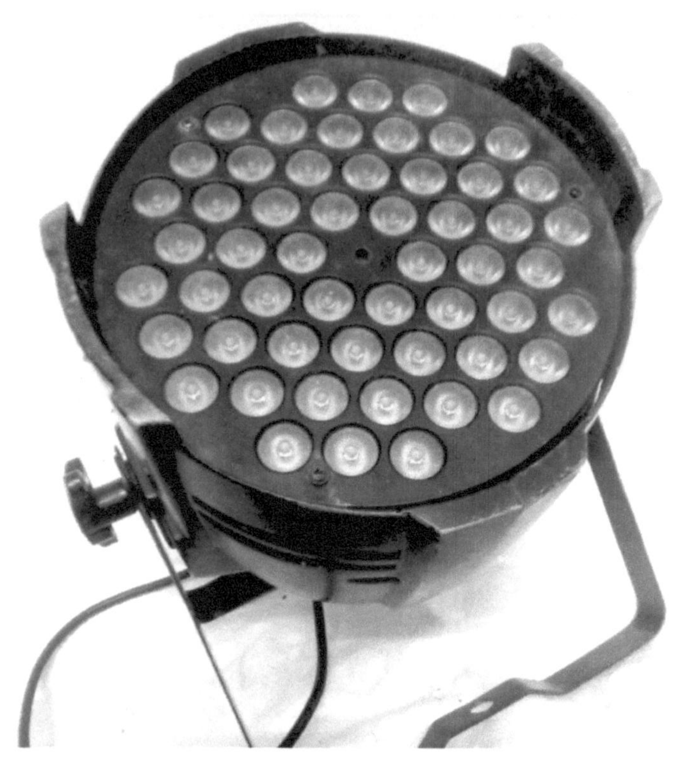

1.2 PAR దీపాల భాగాలు మరియు పని సూత్రం

PAR దీపాలు కాంతి ఉత్పత్తిని ఉత్పత్తి చేయడానికి మరియు నియంత్రించడానికి కలిసి పనిచేసే అనేక కీలక భాగాలను కలిగి ఉంటాయి. PAR దీపాలను సమర్థవంతంగా సర్దుబాటు చేయడానికి ఈ భాగాలను తెలుసుకోవడం చాలా కీలకం. ఇక్కడ ప్రధాన భాగాలు మరియు వాటి విధులు ఉన్నాయి:

1. దీపం: PAR కాంతి చిత్రానికి దీపం కాంతి మూలం. ఇది నిర్దిష్ట మొడల్‌పై ఆధారపడి ప్రకాశించే, హలోజన్ లేదా అధిక-తీవ్రత ఉత్సర్గ (HID) దీపం కావచ్చు. దీపం వెలిగించినప్పుడు కాంతిని ప్రసరిస్తుంది.

2. రిఫ్లెక్టర్: పారాబొలిక్ రిఫ్లెక్టర్ అనేది PAR లైట్ వెనుక ఉన్న ఒక వక్ర ఉపరితలం. దీపం ద్వారా వెలువడే కాంతిని జోడించడం మరియు ప్రతిబింబించడం దీని ఉద్దేశ్యం. రిఫ్లెక్టర్ ఆకారం కాంతిని పుంజంలోకి మళ్లించడంలో మరియు దాని వ్యాప్తి మరియు తీవ్రతను నియంత్రించడంలో సహాయపడుతుంది.

3. లాంప్ హోల్డర్: ల్యాంప్ హోల్డర్ అనేది PAR లైట్ ఫిక్చర్ కోసం లాంప్ హోల్డర్ జాకెట్. ఇది దీపాన్ని శక్తివంతం చేయడానికి మరియు దానిని ఉంచడానికి విద్యుత్ కనెక్షన్‌లను అందిస్తుంది.

4. హౌసింగ్: హౌసింగ్ అనేది ల్యాంప్, రిఫ్లెక్టర్ మరియు ఇతర అంతర్గత భాగాలను కలిగి ఉన్న PAR లైట్ యొక్క బయటి కేసింగ్. ఇది అంతర్గత భాగాలను

రక్షిస్తుంది మరియు ఫిక్చర్ కోసం నిర్మాణ మద్దతును అందిస్తుంది.

5. లెన్స్ లేదా గ్లాస్ కవర్: కొన్ని PAR ల్యాంప్‌లు పరికరం ముందు భాగంలో లెన్స్ లేదా గ్లాస్ కవర్‌ను కలిగి ఉంటాయి. ఈ పారదర్శక కవర్ దుమ్ము, తేమ మరియు నష్టం నుండి దీపం మరియు రిఫ్లెక్టర్‌ను రక్షించడంలో సహాయపడుతుంది. ఇది పుంజం కోణం మరియు కాంతి పంపిణీని ప్రభావితం చేస్తుంది.

6. యోక్ లేదా బ్రాకెట్: యోక్ లేదా బ్రాకెట్ అనేది PAR లైట్‌ను మౌంట్ చేయడానికి మరియు ఉంచడానికి అనుమతించే ఒక భాగం. ఇది పుంజం యొక్క కోణం మరియు దిశను సర్దుబాటు చేయడానికి వశ్యతను అందిస్తుంది. యోక్ సాధారణంగా సులభంగా సర్దుబాటు కోసం గుబ్బలు లేదా హ్యాండిల్‌లను కలిగి ఉంటుంది మరియు మౌంటు పొజిషన్‌ను సురక్షితంగా ఉంచడానికి లాకింగ్ మెకానిజమ్‌లను కలిగి ఉంటుంది.

పని సూత్రం:

PAR దీపాల పని సూత్రం సాపేక్షంగా సూటిగా ఉంటుంది. దీపం ఆన్ చేసినప్పుడు, అది వివిధ దిశలలో కాంతిని ప్రసరిస్తుంది. ఫిక్చర్ లోపల ఒక పారాబోలిక్ రిఫ్లెక్టర్ ధ్వనిని ముందుకు సేకరిస్తుంది మరియు ప్రతిబింబిస్తుంది, నిర్దిష్ట వ్యాప్తి మరియు తీవ్రతతో ఒక పుంజంలోకి మళ్లిస్తుంది.

లైట్ల స్థానాన్ని సర్దుబాటు చేయడం లేదా బార్న్ డోర్లు లేదా స్నూట్ల వంటి ఉపకరణాలను ఉపయోగించడం ద్వారా, పుంజం కోణం మరియు దిశ మారవచ్చు. ఇది స్పాట్ లైటింగ్, బ్లడ్ బిల్డింగ్ లేదా నిర్దిష్ట ప్రాంతాలు లేదా వస్తువులను హైలైట్ చేయడంతో సహ బహుముఖ లైటింగ్ ప్రభావాలను అనుమతిస్తుంది.

కాంతి ఉత్పత్తిని నియంత్రించడంలో రిఫ్లెక్టర్ ఆకారం మరియు దీపాల స్థానం ముఖ్యమైన పాత్ర పోషిస్తాయి. దీపం, రిఫ్లెక్టర్ మరియు ఏదైనా అదనపు భాగాలు లేదా మాడిఫైయర్ల కలయిక బీమ్ వెడల్పు, తీవ్రత మరియు రంగు వంటి లక్షణాలను నిర్ణయిస్తుంది.

PAR దీపాల యొక్క భాగాలు మరియు ఆపరేషన్ సూత్రాన్ని అర్థం చేసుకోవడం ఈ పరికరాలను ట్రబుల్షూటింగ్ మరియు ట్రబుల్షూటింగ్ కోసం పునాదిని అందిస్తుంది. కింది అధ్యాయాలలో, మేము PAR దీపాల కోసం సాధారణ సమస్యలు, మరమ్మతు పద్ధతులు మరియు నిర్వహణ చిట్కాలను విశ్లేషిస్తాము.

1.3 PAR దీపాల యొక్క సాధారణ సమస్యలు మరియు వాటి కారణాలు

PAR దీపాలు, ఇతర లైటింగ్ పరికరం వలె, వాటి పనితీరును ప్రభావితం చేసే అనేక రకాల సమస్యలను ఎదుర్కొంటాయి. సాధారణ సమస్యలు మరియు వాటి మూల కారణాలను అర్థం చేసుకోవడం PAR లైట్లను సమర్థవంతంగా పరిష్కరించడంలో మరియు రిపేర్ చేయడంలో మీకు సహాయపడుతుంది. మీరు ఎదుర్కొనే కొన్ని సాధారణ సమస్యలు ఇక్కడ ఉన్నాయి:

1. మసక లేదా మినుకుమినుకుమనే కాంతి: మీ PAR లైట్ మసకటారిన లేదా మినుకుమినుకుమనే లైట్ అవుట్‌పుట్‌ను ఉత్పత్తి చేస్తుంటే, అనేక అంశాలు కారణం కావచ్చు:
    - తప్పు దీపం: దీపం దాని జీవితకాలం ముగిసి ఉండవచ్చు లేదా వదులుగా ఉన్న కనెక్షన్‌ని కలిగి ఉండవచ్చు. బల్బును కొత్త దానితో భర్తీ చేయడాన్ని పరిగణించండి.
    - విద్యుత్ సరఫరా సమస్యలు: స్థిరమైన విద్యుత్ సరఫరాను నిర్ధారించడానికి విద్యుత్ వనరు మరియు కనెక్షన్లను తనిఖీ చేయండి. వదులుగా ఉండే వైరింగ్ లేదా లోపభూయిష్ట పవర్ అవుట్‌లెట్ అసమాన విద్యుత్ సరఫరాకు కారణమవుతుంది, ఫలితంగా

మసకబారడం లేదా మినుకుమినుకుమనే పరిస్థితి ఏర్పడుతుంది.

2. అసమాన కాంతి పంపిణీ: PAR కాంతి ద్వారా ఉత్పత్తి చేయబడిన పుంజం ఉద్దేశించిన ప్రదేశంలో అసమానంగా వ్యాపించినప్పుడు అసమాన కాంతి పంపిణీ జరుగుతుంది. కారణాలు ఉన్నాయి:

- తప్పుగా అమర్చబడిన దీపం: దీపం సరిగ్గా అమర్చబడిందని మరియు రిఫ్లెక్టర్‌తో సమలేఖనం చేయబడిందని నిర్ధారించుకోండి. తప్పు దీపం అసమాన పుంజం నమూనాను కలిగిస్తుంది.

- మురికి లేదా దెబ్బతిన్న రిఫ్లెక్టర్: మురికి లేదా దెబ్బతిన్న రిఫ్లెక్టర్ కాంతి పంపిణీకి అంతరాయం కలిగిస్తుంది. రాపిడి లేని వస్త్రాన్ని ఉపయోగించి రిఫ్లెక్టర్‌ను సున్నితంగా శుభ్రం చేయండి లేదా అవసరమైతే దాన్ని భర్తీ చేయండి.

3. వేడెక్కడం లేదా థర్మల్ షట్‌డౌన్: PAR ల్యాంప్‌లు వేడిగా ఉంటాయి మరియు సరిగ్గా నిర్వహించబడకపోతే, అవి వేడెక్కవచ్చు లేదా థర్మల్ షట్‌డౌన్‌ను ప్రేరేపిస్తాయి. కారణాలు ఉన్నాయి:

- పేలవమైన వెంటిలేషన్: పరికరం చుట్టూ సరిపడా వెంటిలేషన్ వేడి ఉత్పత్తికి దారితీస్తుంది. PAR లైట్ సరిగ్గా వెంటిలేషన్ చేయబడిందని మరియు పరివేష్టిత ప్రదేశాలలో ఉంచలేదని నిర్ధారించుకోండి.

- అధిక పరిసర ఉష్ణోగ్రత: అధిక పరిసర ఉష్ణోగ్రత పరిస్థితుల్లో PAR లైట్‌ని ఆపరేట్ చేయడం వల్ల వేడెక్కడం జరుగుతుంది. ఫ్యాన్లు లేదా హీట్ సింక్ వంటి అదనపు శీతలీకరణ చర్యలను ఉపయోగించడాన్ని పరిగణించండి.

4. వదులుగా లేదా దెబ్బతిన్న వైరింగ్: వదులుగా లేదా దెబ్బతిన్న వైరింగ్ అడపాదడపా శక్తి, మినుకుమినుకుమనే లేదా PAR ధ్వని యొక్క పూర్తి వైఫల్యానికి దారితీస్తుంది. ఫిక్చర్‌లోని వైరింగ్ కనెక్షన్లు సురక్షితంగా మరియు పాడైపోకుండా ఉన్నాయని నిర్ధారించుకోవడానికి వాటిని తనిఖీ చేయండి. దెబ్బతిన్న వైరింగ్‌ను అవసరమైన విధంగా మార్చండి.

5. రంగు అసమానతలు: రంగును ఉత్పత్తి చేసే PAR దీపాలు రంగు అవుట్‌పుట్‌లో అసమానతలను అనుభవించవచ్చు. సాధ్యమయ్యే కారణాలలో ఇవి ఉన్నాయి:

   - కలర్ ఫిల్టర్ సమస్యలు: PAR లైట్ కలర్ ఫిల్టర్లను ఉపయోగిస్తుంటే, ఫిల్టర్లు డ్యామేజ్ లేదా డర్ట్ కోసం తనిఖీ చేయండి. స్థిరమైన రంగు అవుట్‌పుట్‌ని నిర్ధారించడానికి వాటిని భర్తీ చేయండి లేదా శుభ్రం చేయండి.

   - దీపం వృద్ధాప్యం: కాలక్రమేణా, దీపాల రంగు లక్షణాలు మారవచ్చు, ఫలితంగా రంగు వ్యత్యాసాలు ఏర్పడతాయి. రంగు

విచలనం గణనీయంగా ఉంటే బల్బును మార్చడాన్ని పరిగణించండి.

ఈ ట్రబుల్షూటింగ్ సూచనలు సాధారణ ప్రారంభ బిందువును అందజేస్తాయని గమనించాలి మరియు PAR లైట్ మోడల్ మరియు డిజైన్‌పై ఆధారపడి నిర్దిష్ట సమస్యలు మరియు వాటి కారణాలు మారుతూ ఉంటాయి. ఎల్లప్పుడూ తయారీదారు సూచనలను చూడండి మరియు సంక్లిష్టమైన మరమ్మతులు లేదా మీ నైపుణ్యానికి మించిన సమస్యల కోసం అవసరమైతే నిపుణులను సంప్రదించండి.

1.4 PAR దీపాలను మరమ్మతు చేయడానికి అవసరమైన సాధనాలు మరియు పరికరాలు

PAR ల్యాంప్ రిపేర్కు సాధారణ సమస్యలను సమర్థవంతంగా పరిష్కరించడానికి మరియు రిపేర్ చేయడానికి నిర్దిష్ట సాధనాలు మరియు పరికరాలు అవసరం. మీకు అవసరమైన కొన్ని ముఖ్యమైన సాధనాలు మరియు పరికరాలు ఇక్కడ ఉన్నాయి:

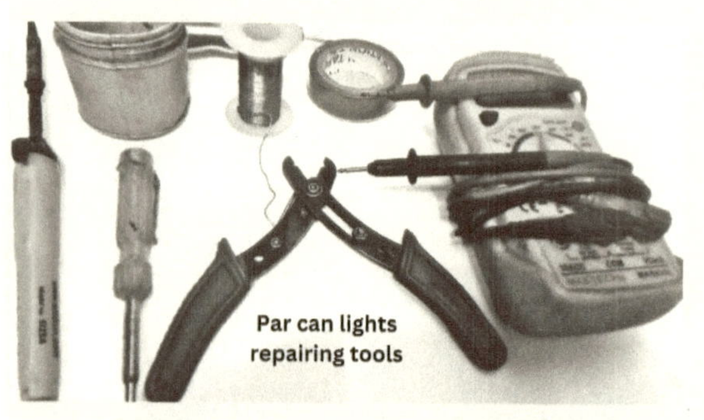

1. స్క్రూడ్రైవర్ సెట్: PAR లైట్ పిక్చర్ అంతర్గత భాగాలను యాక్సెస్ చేయడానికి అవసరమైన వివిధ రకాల మరియు పరిమాణాల (ఉదా, ఫ్లాట్ హెడ్, ఫిలిప్స్) స్క్రూడ్రైవర్ల సమితి.

2. శ్రావణం: సూది ముక్కు శ్రావణం మరియు వైర్ కట్టర్లు వంటి శ్రావణాలు చిన్న భాగాలను నిర్వహించడానికి, వైర్లను వంచడానికి లేదా అవసరమైనప్పుడు వైర్ల నుండి ఇన్సులేషన్ను

కత్తిరించడానికి మరియు తొలగించడానికి ఉపయోగపడతాయి.

3. మల్టీమీటర్: మల్టీమీటర్ అనేది వోల్టేజ్, కరెంట్ మరియు రెసిస్టెన్స్‌ని కొలవడానికి ఒక బహుముఖ పరికరం. ఇది విద్యుత్ సమస్యలను నిర్ధారించడంలో, కనెక్షన్‌లను పరీక్షించడంలో మరియు కొనసాగింపును తనిఖీ చేయడంలో సహాయపడుతుంది.

4. టంకం ఇనుము మరియు టంకం: సర్క్యూట్‌లను రిపేర్ చేయడానికి భాగాలను భర్తీ చేయడానికి ఒక టంకం ఇనుము మరియు టంకము అవసరం. బహుముఖ ప్రజ్ఞ కోసం సర్దుబాటు చేయగల ఉష్ణోగ్రత నియంత్రణతో టంకం ఇనుమును ఎంచుకోండి మరియు భద్రత కోసం సీసం-రహిత టంకమును ఉపయోగించండి.

5. డిసోల్డరింగ్ సాధనాలు: డిసోల్డరింగ్ పంప్ లేదా డిసోల్డరింగ్ విక్ వంటి టంకం సాధనాలు తప్పుగా ఉన్న భాగాలను భర్తీ చేసేటప్పుడు సర్క్యూట్ బోర్డ్ నుండి టంకమును తీసివేయడంలో సహాయపడతాయి.

6. వైర్ స్ట్రిప్పర్స్: వైర్ స్ట్రిప్పర్స్ అంతర్లీన కండక్టర్లకు హాని లేకుండా వైర్ల నుండి చెత్తను తొలగించడానికి మిమ్మల్ని అనుమతిస్తాయి. PAR దీపాలలో సాధారణంగా ఉపయోగించే వైర్ గేజ్‌కి సరిపోయే వైర్ స్ట్రిప్పర్లను ఎంచుకోండి.

7. ఇన్సులేషన్ టేప్: ఇన్సులేషన్ టేప్ లేదా ఎలక్ట్రికల్ టేప్ బహిర్గతమైన వైర్లు లేదా కనెక్షన్‌లను

ఇన్సులేట్ చేయడానికి మరియు రక్షించడానికి ఉపయోగపడుతుంది.

8. క్లీనింగ్ మెటీరియల్స్: నిర్వహణ లేదా ధూళి లేదా తుప్పుకు సంబంధించిన సమస్యలను పరిష్కరించడానికి PAR దీపాల లోపలి భాగాలను శుభ్రపరచడం అవసరం. నాన్-అట్రాసివ్ క్లీనింగ్ సొల్యూషన్స్, మెత్తటి గుడ్డలు మరియు బ్రష్లు శుభ్రపరిచే పనులలో సహాయపడతాయి.

9. భర్తీ భాగాలు: మీరు ఎదుర్కొంటున్న నిర్దిష్ట సమస్యలపై ఆధారపడి, మీకు లైట్లు, రిఫ్లెక్టర్లు, వైరింగ్ కనెక్టర్లు లేదా ఇతర ఎలక్ట్రికల్ కాంపోనెంట్లు వంటి రీప్లేస్‌మెంట్ కాంపోనెంట్లు అవసరం కావచ్చు. మీకు తగిన ప్రత్యామ్నాయాలు ఉన్నాయని నిర్ధారించుకోండి.

10. భద్రతా సామగ్రి: PAR లైట్లు లేదా ఏదైనా విద్యుత్ పరికరాలతో పని చేస్తున్నప్పుడు, భద్రతకు ప్రాధాన్యత ఇవ్వండి. సంభావ్య ప్రమాదాల నుండి మిమ్మల్ని మీరు రక్షించుకోవడానికి భద్రతా అద్దాలు మరియు చేతి తొడుగులు వంటి రక్షణ గేర్‌లను ధరించండి.

మీ PAR లైట్ మోడల్ కోసం తయారీదారు డాక్యుమెంటేషన్, గైడ్లు మరియు భద్రతా జాగ్రత్తలను సంప్రదించాలని గుర్తుంచుకోండి. మీకు ఏదైనా మరమ్మత్తు పని గురించి తెలియకుంటే లేదా ఎలక్ట్రికల్ సిస్టమ్‌లతో పనిచేసిన అనుభవం లేకుంటే, భద్రతా ప్రమాదాలు లేదా పరికరానికి మరింత నష్టం జరగకుండా ఉండటానికి నిపుణుల సహాయాన్ని పొందడం ఉత్తమం.

అధ్యాయం 2: PAR దీపాలను పరిష్కరించడం మరియు మరమ్మతు చేయడం

2.1 భద్రతా జాగ్రత్తలు

PAR లైట్లు లేదా ఏదైనా విద్యుత్ పరికరాలతో పని చేస్తున్నప్పుడు, మిమ్మల్ని మీరు రక్షించుకోవడానికి మరియు ప్రమాదాలను నివారించడానికి భద్రతకు ప్రాధాన్యత ఇవ్వడం ముఖ్యం. PAR దీపాలను ఫిక్సింగ్ మరియు రిపేర్ చేసేటప్పుడు అనుసరించాల్సిన కొన్ని ముఖ్యమైన భద్రతా జాగ్రత్తలు ఇక్కడ ఉన్నాయి:

1. పవర్ డిస్కనెక్ట్ చేయండి: ఏదైనా మరమ్మతు లేదా నిర్వహణ పనిని ప్రారంభించే ముందు దాని పవర్ సోర్స్ నుండి PAR లైట్ని ఎల్లప్పుడూ డిస్కనెక్ట్ చేయండి. కంప్యూటర్కు పవర్ ప్రవహించలేదని నిర్ధారించుకోవడానికి పరికరాన్ని అన్ప్లగ్ చేయండి లేదా సర్క్యూట్ బ్రేకర్ను ఆఫ్ చేయండి.

2. వ్యక్తిగత రక్షణ పరికరాలు (PPE): మరమ్మతుల సమయంలో మిమ్మల్ని మీరు రక్షించుకోవడానికి తగిన వ్యక్తిగత రక్షణ పరికరాలను ధరించండి. ఇందులో భద్రతా అద్దాలు, చేతి తొడుగులు మరియు నాన్-కండక్టివ్ పాదరక్షలు ఉండవచ్చు. PPE విద్యుత్ షాక్, కాలిన గాయాలు మరియు విరిగిన గాజు లేదా పదునైన మూలకాల నుండి

సంభావ్య గాయం నుండి రక్షించడంలో
సహాయపడుతుంది.

3. బాగా వెంటిలేషన్ ఉన్న ప్రదేశంలో పని చేయండి:
వేడి, పొగలు లేదా ప్రమాదకర వాయువులు
ఏర్పడకుండా నిరోధించడానికి మీరు బాగా
వెంటిలేషన్ చేయబడిన ప్రదేశంలో
పనిచేస్తున్నారని నిర్ధారించుకోండి. తగినంత
వెంటిలేషన్ సౌకర్యవంతమైన మరియు
సురక్షితమైన పని వాతావరణాన్ని
నిర్వహించడానికి సహాయపడుతుంది.

4. సరైన లైటింగ్ పరిస్థితులు: PAR లైట్ యొక్క
భాగాలు మరియు వైరింగ్‌ను స్పష్టంగా చూడడానికి
తగినంత లైటింగ్ ఉన్న ప్రాంతంలో పని చేయండి.
మంచి దృష్టి తప్పులు మరియు సంభావ్య
ప్రమాదాల ప్రమాదాన్ని తగ్గిస్తుంది.

5. PAR లైట్ మోడల్‌తో మిమ్మల్ని మీరు పరిచయం
చేసుకోండి: మీరు పని చేస్తున్న PAR లైట్
మోడల్‌కు వినియోగదారు మాన్యువల్లు,
సాంకేతిక లక్షణాలు మరియు భద్రతా
మార్గదర్శకాలతో సహ తయారీదారుల
డాక్యుమెంటేషన్‌ను చదవండి మరియు అర్థం
చేసుకోండి. ఇది పరికరం యొక్క నిర్మాణం, పవర్
అవసరాలు మరియు ఆ మోడల్‌కు సంబంధించిన
నిర్దిష్ట జాగ్రత్తల గురించి ముఖ్యమైన సమాచారాన్ని
అందిస్తుంది.

6. ఒంటరిగా పని చేయడం మానుకోండి: మీరు PAR
లైట్లపై పని చేస్తున్నప్పుడు, ప్రత్యేకించి విద్యుత్
లైనలపై పని చేస్తున్నప్పుడు లేదా ఎత్తులో పని

చేస్తున్నప్పుడు మీతో ఎవరైనా ఉండటం ఉత్తమం. పరికరాన్ని పట్టుకోవడంలో, ఉపకరణాలను అందజేయడంలో లేదా అత్యవసర పరిస్థితుల్లో సహాయం అందించడంలో రెండవ వ్యక్తి సహాయం చేయవచ్చు.

7. సరైన సాధనాలు మరియు పరికరాలను ఉపయోగించడం: చేతిలో ఉన్న పని కోసం ఎల్లప్పుడూ సరైన సాధనాలు మరియు పరికరాలను ఉపయోగించండి. తప్పుడు సాధనాలు లేదా తాత్కాలిక పరిష్కారాలను ఉపయోగించడం వల్ల ప్రమాదాలు, పరికరానికి నష్టం లేదా అసమర్థమైన మరమ్మతులకు దారితీయవచ్చు.

8. నీరు లేదా తేమను నివారించండి: విద్యుత్ షాక్ మరియు పరికరాలు దెబ్బతినకుండా నిరోధించడానికి PAR లైట్లు మరియు మీ పని ప్రదేశం పొడిగా ఉంచండి. తడి లేదా తడిగా ఉన్న పరిస్థితుల్లో PAR దీపాలపై పని చేయడం మానుకోండి.

9. ఎలక్ట్రికల్ కోడ్లు మరియు నిబంధనలను అనుసరించండి: PAR దీపాలను రిపేర్ చేసేటప్పుడు స్థానిక విద్యుత్ కోడ్లు మరియు నిబంధనలను అనుసరించండి. ఇది భద్రతా ప్రమాణాలకు అనుగుణంగా ఉండేలా చేస్తుంది మరియు విద్యుత్ ప్రమాదాలను తగ్గిస్తుంది.

10. అవసరమైనప్పుడు నిపుణుల సహాయాన్ని కోరండి: మరమ్మతు ప్రక్రియలో ఏదైనా అంశం గురించి మీకు తెలియకుంటే లేదా సంక్లిష్ట

సమస్యలను ఎదుర్కొంటే, అర్హత కలిగిన నిపుణుడు లేదా అధీకృత సేవా కేంద్రం సహాయం కోరడం మంచిది. అధునాతన మరమ్మతులను నిర్వహించడానికి మరియు భద్రతను నిర్ధారించడానికి వారికి నైపుణ్యం మరియు అనుభవం ఉంది.

ఈ భద్రతా జాగ్రత్తలను అనుసరించడం ద్వారా, మీరు PAR లైట్లను ఇన్‌స్టాల్ చేసేటప్పుడు మరియు రిపేర్ చేసేటప్పుడు ప్రమాదాలను తగ్గించవచ్చు మరియు మరింత సమర్ధవంతంగా పని చేయవచ్చు. మిమ్మల్ని మీరు రక్షించుకోవడానికి మరియు లైటింగ్ ఫిక్చర్ యొక్క సమగ్రతను కాపాడుకోవడానికి భద్రత ఎల్లప్పుడూ మొదటి స్థానంలో ఉండాలి.

2.2 PAR దీపాల యొక్క తప్పు కనుగొనడం

PAR దీపాలను మరమ్మతు చేసేటప్పుడు, తప్పుగా ఉన్న భాగాన్ని ఖచ్చితంగా గుర్తించడం అవసరం. ఇక్కడ సమస్యలను కలిగించే కొన్ని సాధారణ భాగాలు మరియు వాటిని ఎలా నిర్ధారించాలి:

1. దీపం: PAR దీపాలను ఫిక్సింగ్ చేసేటప్పుడు దీపం అత్యంత సాధారణ భాగం. ఆకు కాలిపోవడం, రంగు మారడం లేదా కనిపించే నష్టం సంకేతాల కోసం చూడండి. దీపం మరమ్మతు చేయబడినట్లు కనిపిస్తే, దానిని సరిఅయిన రకం మరియు కాటేజీతో భర్తీ చేయండి.

2. రిఫ్లెక్టర్లు: పగుళ్లు, డెంట్లు లేదా రంగు మారడం కోసం రిఫ్లెక్టర్‌ను తనిఖీ చేయండి. ఈ సమస్యలు కాంతి పంపిణీ మరియు నాణ్యతను ప్రభావితం చేస్తాయి. రిఫ్లెక్టర్ దెబ్బతిన్నట్లయితే, దానిని మార్చవలసి ఉంటుంది.

3. వైరింగ్ మరియు కనెక్షన్‌లు: సరికాని వైరింగ్ లేదా వదులుగా ఉండే కనెక్షన్లు విద్యుత్ సరఫరా సమస్యలను కలిగిస్తాయి మరియు మసకబారిన లేదా మినుకుమినుకుమనే కాంతికి దారి తీయవచ్చు లేదా లైట్ అస్సలు ఉండదు. విరిగిన, దెబ్బతిన్న లేదా డిస్కనెక్ట్ చేయబడిన వైర్ల కోసం జోడించిన వైరింగ్‌ను జాగ్రత్తగా తనిఖీ చేయండి. దీపం, జాకెట్ మరియు ఇతర భాగాలు సురక్షితంగా మరియు సరిగ్గా కూర్చున్నాయని

నిర్ధారించుకోవడానికి వాటి మధ్య కనెక్షన్లను తనిఖీ చేయండి.

4. సాకెట్లు/లాంప్ హోల్డర్లు: విరిగిన లేదా వంగిన చివరలు లేదా వదులుగా ఉన్న కనెక్షన్లు వంటి నష్టం సంకేతాల కోసం ల్యాంప్ హోల్డర్లు లేదా జాకెట్లను తనిఖీ చేయండి. దీపం సరిగ్గా అమర్చబడిందని మరియు సాకెట్‌తో మంచి సంబంధాన్ని కలిగి ఉందని నిర్ధారించుకోండి.

5. పవర్ సప్లై మరియు కంట్రోల్ సర్క్యూట్: PAR లైట్‌లో ఇంటిగ్రేటెడ్ కంట్రోల్ సర్క్యూట్ లేదా ఎలక్ట్రానిక కాంపోనెంట్లు ఉన్న సందర్భాల్లో, సర్క్యూట్ బోర్డలు ఏవైనా డ్యామేజ్ లేదా కాలిన భాగాల కోసం తనిఖీ చేయండి. విద్యుత్ సరఫరా లేదా నియంత్రణతో సమస్యలు ఉన్నట్లయితే, అర్హత కలిగిన ప్రొఫెషనల్ లేదా అధీకృత సేవా కేంద్రం ద్వారా అధునాతన ట్రబుల్షూటింగ్ మరియు మరమ్మత్తు అవసరం కావచ్చు.

6. బాహ్య భాగాలు: PAR లైట్‌లో కలర్ ఫిల్టర్లు లేదా టార్న్ డోర్లు వంటి బాహ్య భాగాలు ఉంటే, వాటిని డ్యామేజ్, క్రాకలు లేదా వేర్ కోసం తనిఖీ చేయండి. సరైన ఆపరేషన్‌ను నిర్వహించడానికి దెబ్బతిన్న భాగాలను భర్తీ చేయాల్సి ఉంటుంది.

లోపభూయిష్ట భాగాలను గుర్తించేటప్పుడు, పవర్ సోర్స్‌ను డిస్‌కనెక్ట్ చేయడం మరియు తగిన వ్యక్తిగత రక్షణ పరికరాలను ధరించడం వంటి సరైన భద్రతా జాగ్రత్తలను పాటించడం చాలా ముఖ్యం. మీకు కాంపోనెంట్ ఐడెంటిఫికేషన్ ఫీచర్ గురించి తెలియకపోతే లేదా ఎలక్ట్రికల్

సిస్టమ్‌లతో పనిచేసిన అనుభవం లేకుంటే, ప్రొఫెషనల్ లేదా అధీకృత సేవా కేంద్రాన్ని సంప్రదించడం ఉత్తమం.

తర్వాతి విభాగంలో, మేము PAR ల్యాంప్‌లతో సమస్యలకు గల కారణాలను తగ్గించి, మరింత నిర్దిష్ట సమస్యలను నిర్ధారించడంలో సహాయపడటానికి ట్రబుల్షూటింగ్ పద్ధతులను అన్వేషిస్తాము.

2.3 PAR దీపాలకు టంకం మరియు టంకం పద్ధతులు

PAR దీపాలను రిపేర్ చేసేటప్పుడు టంకం మరియు డిసోల్డరింగ్ నైపుణ్యాలు అవసరం. ఈ పద్ధతులు తప్పుగా ఉన్న భాగాలను భర్తీ చేయడానికి, విరిగిన కనెక్షన్లను సరిచేయడానికి లేదా సర్క్యూట్లను భర్తీ చేయడానికి మిమ్మల్ని అనుమతిస్తాయి. PAR దీపాల కోసం సాధారణంగా ఉపయోగించే కొన్ని టంకం మరియు డిసోల్డరింగ్ పద్ధతులు:

టంకం సాంకేతికతలు:

1. పని ప్రాంతాన్ని సిద్ధం చేయండి: మీకు శుభ్రంగా, బాగా వెలుతురు ఉండే పని ప్రాంతం ఉందని నిర్ధారించుకోండి. ఏదైనా అయోమయాన్ని క్లియర్ చేయండి మరియు పవర్ సోర్స్ నుండి PAR లైట్ డిస్కనెక్ట్ చేయబడిందని నిర్ధారించుకోండి.

2. సరైన టంకం ఇనుము మరియు చిట్కాను ఎంచుకోండి: పని కోసం తగిన వాటేజ్‌తో టంకం ఇనుమును ఎంచుకోండి. మార్చగల చిట్కాలతో ఉష్ణోగ్రత-నియంత్రిత ఇనుము ఉత్తమం. మీరు టంకం చేస్తున్న భాగం లేదా కనెక్టర్ పరిమాణానికి సరిపోయే చిట్కా పరిమాణాన్ని ఉపయోగించండి.

3. టంకం ఇనుమును వేడి చేయండి: టంకం ఇనుమును చొప్పించి, కావలసిన ఉష్ణోగ్రత వరకు

వేడి చేయడానికి అనుమతించండి. కొనసాగడానికి ముందు టంకం ఇనుము దాని ఆపరేటింగ ఉష్ణోగ్రతను చేరుకోవడానికి పేచి ఉండండి.

4. ఇనుప చిట్కాను శుభ్రం చేసి టిప్ చేయండి: టంకం వేయడానికి ముందు, ఏదైనా అవశేషాలు లేదా ఆక్సీకరణను తొలగించడానికి తడిగా ఉన్న స్పాంజ్ లేదా ఇత్తడి చిట్కా క్లీనర్‌తో టంకం ఇనుప చిట్కాను శుభ్రం చేయండి. అప్పుడు ఉష్ణ బదిలీకి మరియు టంకం పనితీరును మెరుగుపరచడానికి చిట్కా (టిన్నింగ) కు చిన్న మొత్తంలో టంకము వేయండి.

5. ఫ్లక్స్ అప్లికేషన్: మీరు టంకము వేయడానికి ప్లాన్ చేసిన ప్రాంతానికి ఫ్లక్స్ వర్తించండి. ఫ్లక్స్ టంకము ప్రవాహాన్ని మెరుగుపరచడంలో సహాయపడుతుంది మరియు శుభ్రమైన టంకము ఉమ్మడిని సృష్టిస్తుంది. ఒక చిన్న మొత్తాన్ని ఉపయోగించండి మరియు ఫ్లక్స్ పెన్ లేదా బ్రష్‌తో సమానంగా విస్తరించండి.

6. కనెక్షన్‌ను వేడి చేయండి: కాంపోనెంట్ సీసం మరియు మీరు టంకము వేయాలనుకుంటున్న ప్యాడ్ లేదా వైర్‌పై వేడి టంకం ఇనుము చిట్కాను ఉంచండి. సరైన ఉష్ణ బదిలీని నిర్ధారించడానికి ఉమ్మడిని కొన్ని సెకన్ల పాటు వేడి చేయండి.

7. నోల్డర్‌ని వర్తింపజేయండి: జాయింట్‌ను వేడి చేయడంతో, జాయింట్‌కి టంకము వైర్‌ను తాకండి. టంకము జాయింట్‌లోకి ప్రవహించటానికి అనుమతిస్తుంది, మృదువైన మరియు మెరిసే టంకము ఉమ్మడిని సృష్టిస్తుంది. సరైన మొత్తంలో టంకము ఉపయోగించండి-చాలా తక్కువ

జాయింట్ బలహీనతకు దారితీస్తుంది, అయితే చాలా ఎక్కువ టంకము వంతెనలు లేదా లఘు చిత్రాలకు కారణమవుతుంది.

8. వేడి తొలగింపు: టంకమును వర్తింపజేసిన తర్వాత, టంకం ఇనుమును తీసివేసి, టంకము గట్టిపడే వరకు టంకం వేయండి. జాయింట్ చల్లబడే వరకు కదిలించడం లేదా భంగం కలిగించడం మానుకోండి.

డీసోల్డరింగ్ టెక్నిక్స్:

1. పని ప్రాంతాన్ని సిద్ధం చేయండి: టంకంలాగా, మీరు శుభ్రంగా మరియు బాగా వెలుతురు ఉండే పని ప్రాంతం ఉందని నిర్ధారించుకోండి. పవర్ సోర్స్ నుండి PAR లైట్ని డిస్కనెక్ట్ చేయండి.

2. సరైన డీసోల్డరింగ్ సాధనాలను ఎంచుకోండి: సాధారణంగా ఉపయోగించే రెండు డీసోల్డరింగ్ పద్ధతులు ఉన్నాయి: డీసోల్డరింగ్ పంపులు (సోల్డర్ సక్కర్స్ అని కూడా పిలుస్తారు) మరియు టంకం విక్స్. కీళ్ల నుండి టంకము తొలగించడానికి రెండు సాధనాలు ఉపయోగపడతాయి.

3. సోల్డర్‌ను వేడి చేయండి: టంకం ఇనుమును ఒక టన్ను టంకానికి వేడి చేయండి, మీరు టంకమును తీసివేయాలనుకుంటున్న ప్రాంతంపై దృష్టి పెట్టండి. టంకము కరిగే వరకు వేడిని వర్తించండి.

4. డీసోల్డరింగ్ పంప్: కరిగిన టంకము దగ్గర డీసోల్డరింగ్ పంపును ఉంచండి మరియు ప్లంగర్‌ను నొక్కండి. పంపు కరిగిన టంకమును పీల్చుకునే వాక్యూమను సృష్టిస్తుంది. సరైన ఫలితాల కోసం

డీసోల్డరింగ్ పంప్ యొక్క కొనను ఉమ్మడికి దగ్గరగా ఉంచండి.

5. డీసోల్డరింగ్ విక్: ప్రత్యామ్నాయంగా, మీరు కరిగిన టంకమును తొలగించడానికి డీసోల్డరింగ్ విక్ (సోల్డర్ విక్ అని కూడా పిలుస్తారు) ఉపయోగించవచ్చు. కరిగిన టంకముపై డీసోల్డరింగ్ విక్ ఉంచండి మరియు ఉమ్మడికి వ్యతిరేకంగా వేడి టంకం ఇనుమును నొక్కండి. విక్ కేశనాళిక చర్య ద్వారా టంకమును గ్రహిస్తుంది.

6. ప్రాంతాన్ని శుభ్రం చేయండి: టంకము తీసివేయబడినప్పుడు, మిగిలిన ఫ్లక్స్ లేదా చెత్తను తొలగించడానికి ఐసోప్రొపైల్ ఆల్కహాల్ లేదా ఫ్లక్స్ క్లీనర్‌తో ఆ ప్రాంతాన్ని శుభ్రం చేయండి.

టంకం మరియు డీసోల్డరింగ్ చేసేటప్పుడు, తగిన వ్యక్తిగత రక్షణ పరికరాలను ఉపయోగించడం మరియు బాగా వెంటిలేషన్ ఉన్న ప్రదేశంలో పని చేయడంతో సహా సరైన భద్రతా జాగ్రత్తలను పాటించాలని గుర్తుంచుకోండి.

2.4 PAR దీపాల యొక్క తప్పు భాగాలను భర్తీ చేయడం

PAR దీపాలను మరమ్మతు చేసే ప్రక్రియలో, మీరు తప్పు భాగాలను భర్తీ చేయవలసిన సందర్భాలు ఉండవచ్చు. PAR దీపాలలో భాగాలను భర్తీ చేసేటప్పుడు అనుసరించాల్సిన సాధారణ దశలు ఇక్కడ ఉన్నాయి:

1. లోపభూయిష్ట భాగాలను గుర్తించండి: ట్రబుల్షూటింగ్ ప్రక్రియ ద్వారా, నిర్దిష్ట భాగం భర్తీ చేయబడాలని నిర్ణయించండి. ఇది దీపం, రిఫ్లెక్టర్, జాకెట్, వైరింగ్ లేదా సమస్యకు దోహదపడే ఏదైనా ఇతర భాగం కావచ్చు.

2. పని ప్రాంతాన్ని సిద్ధం చేయండి: మీకు శుభ్రంగా మరియు బాగా వెలుతురు ఉండే పని ప్రాంతం ఉందని నిర్ధారించుకోండి. ప్రమాదవశాత్తు విద్యుత్ షాక్‌ను నివారించడానికి పవర్ సోర్స్ నుండి PAR లైట్‌ని డిస్‌కనెక్ట్ చేయండి.

3. రీప్లేస్‌మెంట్ కాంపోనెంట్‌లను సేకరించండి: తప్పుగా ఉన్న భాగం యొక్క స్పెసిఫికేషన్‌లకు సరిపోయే తగిన రీప్లేస్‌మెంట్ కాంపోనెంట్‌లను పొందండి. అనుకూలతను నిర్ధారించడానికి తయారీదారు డాక్యుమెంటేషన్‌ను చూడండి లేదా సరఫరాదారుని సంప్రదించండి.

4. PAR లైట్‌ని విడదీయండి: PAR లైట్ డిజైన్‌ని చూస్తే, మీరు లోపభూయిష్ట భాగాలను యాక్సెస్ చేయడానికి పరికరాన్ని చూడవలసి రావచ్చు. స్క్రూడ్రైవర్లు లేదా శ్రావణం వంటి అవసరమైన

సాధనాలను ఉపయోగించి, పరికరాన్ని కలిపి ఉంచే స్క్రూలు, క్లిప్‌లు లేదా ఫాస్టెనర్‌లను తీసివేయండి. వేరుచేయడం ప్రక్రియను గమనించండి మరియు సరైన రీఅసెంబ్లీని నిర్ధారించడానికి తీసివేయబడిన భాగాలను పర్యవేక్షించండి.

5. తప్పుగా ఉన్న కాంపోనెంట్‌ను తీసివేయండి: తప్పుగా ఉన్న కాంపోనెంట్‌ని యాక్సెస్ చేసిన తర్వాత, దానిని PAR లైట్ నుండి జాగ్రత్తగా డిస్‌కనెక్ట్ చేయండి. ఇది దాని రకం మరియు కనెక్షన్ పద్ధతిని బట్టి కాంపోనెంట్‌ను తొలగించడం, తొలగించడం లేదా డీసోల్డరింగ్ చేయడం వంటివి కలిగి ఉండవచ్చు. తీసివేసే సమయంలో చుట్టుపక్కల భాగాలు లేదా వైరింగ్ దెబ్బతినకుండా జాగ్రత్త వహించండి.

6. రీప్లేస్‌మెంట్ కాంపోనెంట్‌లను ఇన్‌స్టాల్ చేయండి: కొత్త కాంపోనెంట్‌లను తీసుకుని, వాటిని లోపభూయిష్ట స్థానానికి అటాచ్ చేయండి. కనెక్షన్‌లు సురక్షితంగా ఉన్నాయని, వైర్లు సరిగ్గా అమర్చబడి ఉన్నాయని మరియు ఏవైనా అవసరమైన స్క్రూలు లేదా ఫాస్టెనర్లు బిగించబడి ఉన్నాయని నిర్ధారించుకోండి. టంకం అవసరమైతే, విశ్వసనీయమైన మరియు శుభ్రమైన కనెక్షన్‌ని ఏర్పాటు చేయడానికి ముందుగా పేర్కొన్న సరైన టంకం పద్ధతులను అనుసరించండి.

7. PAR లైట్‌ని మళ్లీ సమీకరించండి: రీప్లేస్‌మెంట్ కాంపోనెంట్ ఇన్‌స్టాల్ చేయబడినప్పుడు, వేరుచేయడం దశలను రివర్స్ చేయడం ద్వారా PAR లైట్‌ను మళ్లీ కలపండి. అన్ని భాగాలు సరిగ్గా

సమలేఖనం చేయబడి, సరిగ్గా సురక్షితంగా ఉన్నాయని నిర్ధారించుకోండి.

8. PAR లైట్‌ని పరీక్షించండి: రీసెట్ కప్ తర్వాత, PAR లైట్‌ని పవర్ సోర్స్‌కి మళ్లీ కనెక్ట్ చేయండి మరియు దాని ఆపరేషన్‌ని పరీక్షించండి. సమస్య పరిష్కరించబడిందని మరియు భర్తీ చేయబడిన భాగం ఆశించిన విధంగా పనిచేస్తుందని ధృవీకరించండి. అన్ని కనెక్షన్లు సురక్షితంగా ఉన్నాయని మరియు PAR లైట్ సురక్షితంగా పనిచేస్తుందో లేదో తనిఖీ చేయండి.

కాంపోనెంట్ రీప్లేస్‌మెంట్ ప్రాసెస్ సమయంలో మీ PAR లైట్ మోడల్‌కు ప్రత్యేకంగా తయారీదారు మార్గదర్శకాలు మరియు డాక్యుమెంటేషన్‌ను సూచించాలని గుర్తుంచుకోండి. మరమ్మతులకు సంబంధించిన ఏదైనా అంశం మీకు తెలియకుంటే లేదా ఎలక్ట్రికల్ సిస్టమ్‌లతో పనిచేసిన అనుభవం లేకుంటే, అర్హత కలిగిన ప్రొఫెషనల్ లేదా అధీకృత సేవా కేంద్రం నుండి సహాయం పొందడం ఉత్తమం.

2.5 PAR లాంప్స్ యొక్క తనిఖీ మరియు ధృవీకరణ

PAR దీపాలలో భాగాలను మరమ్మతు చేసిన తర్వాత లేదా భర్తీ చేసిన తర్వాత, మరమ్మతు విజయవంతమైందని పరీక్షించడం మరియు ధృవీకరించడం చాలా ముఖ్యం. మరమ్మతు తర్వాత PAR లైట్ల ఆపరేషన్‌ను పరీక్షించడానికి మరియు ధృవీకరించడానికి ఇక్కడ కొన్ని దశలు ఉన్నాయి:

1. PAR లైట్‌ని పవర్ చేయండి: PAR లైట్‌ని పవర్ సోర్స్‌కి కనెక్ట్ చేసి, దాన్ని ఆన్ చేయండి. పరికరం యొక్క వోల్టేజ్ అవసరాలకు పవర్ సోర్స్ అనుకూలంగా ఉందని నిర్ధారించుకోండి.

2. సరైన ప్రకాశం కోసం తనిఖీ చేయండి: PAR లైట్ ఆశించిన విధంగా ఉందో లేదో తనిఖీ చేయండి. కాంతి అవుట్‌పుట్ యొక్క ప్రకాశం, రంగు మరియు మొత్తం నాణ్యతను గమనించండి. కొనసాగుతున్న సమస్యలను సూచించే ఏదైనా ఫ్లాషింగ్, మసకబారడం లేదా అస్థిర ప్రవర్తనపై శ్రద్ధ వహించండి.

3. విభిన్న మోడ్‌లు మరియు సెట్టింగ్‌లను పరీక్షించండి: PAR లైట్‌లో విభిన్న రంగులు, స్ట్రోబ్ ఎఫెక్ట్‌లు లేదా డిమ్మింగ్ ఆప్షన్‌లు వంటి విభిన్న మోడ్‌లు లేదా సెట్టింగ్‌లు ఉంటే, అవి సరిగ్గా పని చేస్తున్నాయో లేదో చూడటానికి వాటిలో ప్రతి ఒక్కటి పరీక్షించండి.

4. నియంత్రణ మరియు కనెక్టివిటిని తనిఖీ చేయండి: PAR లైట్‌ని DMX లేదా ఇతర నియంత్రణ ప్రోటోకాల్‌ల ద్వారా నియంత్రించగలిగితే, అది కంట్రోల్ సిగ్నల్‌లకు సరిగ్గా స్పందిస్తుందో లేదో తనిఖీ చేయండి. చిత్రాలలో ఏవైనా నియంత్రణలు, బటన్లు లేదా స్విచ్‌ల కనెక్షన్ మరియు ఆపరేషన్‌ను తనిఖీ చేయండి.

5. కనెక్షన్లు మరియు వైరింగ్ యొక్క తనిఖీ: అన్ని కనెక్షన్లు సురక్షితంగా ఉన్నాయని, వైర్లు సరిగ్గా మళ్లించబడి ఉన్నాయని మరియు వదులుగా లేదా బహిర్గతమైన వైర్లు లేవని నిర్ధారించడానికి మరమ్మతు చేయబడిన ప్రాంతం మరియు పరిసర భాగాలను దృశ్యమానంగా తనిఖీ చేయండి. మరమ్మతు చేయబడిన విభాగం వేడెక్కడం లేదా అసాధారణ ప్రవర్తన యొక్క సంకేతాలను చూపలేదని నిర్ధారించుకోండి.

6. ఒత్తిడి పరీక్షలను నిర్వహించండి: మరమ్మతు యొక్క స్వభావాన్ని బట్టి, మరమ్మతు చేయబడిన PAR లైట్ యొక్క మన్నిక మరియు విశ్వసనీయతను ధృవీకరించడానికి ఒత్తిడి పరీక్షలను నిర్వహించడాన్ని పరిగణించండి. చిత్రాన్ని దీర్ఘకాలిక ఆపరేషన్‌కు గురిచేయడం, వివిధ పర్యావరణ పరిస్థితులు లేదా సాధారణ ఆపరేటింగ్ పరిస్థితులను తట్టుకోగలదని నిర్ధారించడానికి కఠినమైన ఉపయోగం ఇందులో ఉన్నాయి.

7. అభిప్రాయాన్ని కోరండి: వీలైతే, ప్రొఫెషనల్ సెట్టింగ్‌లలో PAR దీపాలను క్రమం తప్పకుండా

ఉపయోగించే తుది వినియోగదారులు లేదా కస్టమర్ల నుండి అభిప్రాయాన్ని కోరండి. మరమ్మతు చేయబడిన పరికరం యొక్క పనితీరు మరియు కార్యాచరణపై వారు విలువైన అంతర్దృష్టులను అందించగలరు.

8. డాక్యుమెంట్ రిపేర్లు మరియు పరీక్ష ఫలితాలు: చేసిన మరమ్మతులు మరియు పొందిన పరీక్ష ఫలితాలను రికార్డ్ చేయండి. ఈ పత్రాలు భవిష్యత్ సూచన, వారంటీ క్లెయిమ్‌లు లేదా అవసరమైతే తదుపరి మరమ్మతులకు ఉపయోగపడతాయి.

ట్రయల్ వ్యవధిలో ఏపైనా సమస్యలు సంభవించినట్లయితే లేదా మరమ్మతు అసలు సమస్యను పరిష్కరించకపోతే, మరమ్మతు ప్రక్రియను పునరావృతం చేయడం లేదా అర్హత కలిగిన ప్రొఫెషనల్ లేదా అధీకృత సేవా కేంద్రం సహాయం తీసుకోవడం అవసరం.

PAR దీపాలను పరీక్షించేటప్పుడు మరియు ఆపరేట్ చేసేటప్పుడు భద్రతకు ఎల్లప్పుడూ ప్రాధాన్యత ఇవ్వాలని గుర్తుంచుకోండి. వ్యక్తిగత రక్షణ పరికరాలను ధరించడం, బాగా వెంటిలేషన్ ఉన్న ప్రదేశంలో పని చేయడం మరియు PAR లైట్ సరిగ్గా ఉండేలా చూసుకోవడం వంటి సరైన భద్రతా జాగ్రత్తలను అనుసరించండి.

చాప్టర్ 3: 12V SMPS రిపేర్

3.1 12V SMSకి పరిచయం

స్విచ్-మోడ్ పవర్ సప్లెస్ (SMPS) విద్యుత్ శక్తిని సమర్ధవంతంగా మార్చడానికి వివిధ ఎలక్ట్రానిక్ పరికరాలలో విస్తృతంగా ఉపయోగించబడుతుంది. 12V SMPS, పేరు సూచించినట్లుగా, 12 వోల్ట్ల నియంత్రిత అవుట్పుట్ వోల్టేజ్ని అందించే విద్యుత్ సరఫరా. ఇది సాధారణంగా కంప్యూటర్ సిస్టమ్లు, LED లైటింగ్, ఆటోమోటివ్ ఎలక్ట్రానిక్స్ మరియు అనేక ఇతర తక్కువ-వోల్టేజ్ పరికరాల వంటి అప్లికేషన్లలో ఉపయోగించబడుతుంది.

ఇన్పుట్ వోల్టేజ్ను (సాధారణంగా మెయిన్స్ లేదా DC మూలం నుండి) స్థిరమైన 12V అవుట్పుట్గా మార్చడానికి హై-ఫ్రీక్వెన్సీ స్విచింగ్ టెక్నిక్లను ఉపయోగించడం ద్వారా 12V SMPS పనిచేస్తుంది. ఇది

సమర్ధవంతమైన శక్తి మార్పిడిని సాధించడానికి కలిసి పనిచేసే అనేక కీలక భాగాలు మరియు దశలను కలిగి ఉంటుంది:

1. సరిదిద్దే దశ: పల్సేటింగ్ DC వోల్టేజ్‌ని మార్చడానికి డయోడ్‌లను ఉపయోగించి AC ఇన్‌పుట్ వోల్టేజ్ మొదట సరిదిద్దబడుతుంది.

2. వడపోత దశ: పల్సేటింగ్ DC వోల్టేజ్‌ను సున్నితంగా చేయడానికి మరియు అలలను తగ్గించడానికి కెపాసిటర్ లేదా ఇండక్టర్ ఉపయోగించబడుతుంది.

3. పవర్ స్విచ్ సింగ్ స్టేజ్: ఈ దశలో పవర్ స్విచ్ (సాధారణంగా MOSFET లేదా ట్రాన్సిస్టర్) ఉంటుంది, ఇది ఇండక్టర్ లేదా ట్రాన్స్‌ఫార్మర్ ద్వారా కరెంట్ ప్రవాహాన్ని నియంత్రించడానికి త్వరగా ఆన్ మరియు ఆఫ్ అవుతుంది.

4. ట్రాన్స్‌ఫార్మర్ స్టాయి: పవర్ స్విచ్ కావలసిన అవుట్‌పుట్ వోల్టేజ్‌ని బట్టి ట్రాన్స్‌ఫార్మర్‌ని ఉపయోగించి వోల్టేజ్‌ని పెంచడానికి లేదా తగ్గించడానికి అనుమతిస్తుంది.

5. అవుట్‌పుట్ యొక్క సరిదిద్దడం మరియు వడపోత: మార్చటడిన వోల్టేజ్ సరిదిద్దబడింది మరియు 12Vకి దగ్గరగా స్థిరమైన DC అవుట్‌పుట్ వోల్టేజ్‌ను పొందేందుకు మళ్లీ ఫిల్టర్ చేయటబడుతుంది.

6. వోల్టేజ్ రెగ్యులేషన్: ఫీడ్‌బ్యాక్ సర్క్యూట్ అవుట్‌పుట్ వోల్టేజ్‌ను పర్యవేక్షిస్తుంది మరియు ఇన్‌పుట్ వోల్టేజ్ లేదా లోడ్ పరిస్థితులలో

మార్పులు ఉన్నప్పటికీ స్థిరమైన 12V అవుట్‌పుట్‌ను నిర్వహించడానికి పవర్ స్విచ్ డ్యూటీ సైకిల్‌ను సర్దుబాటు చేస్తుంది.

12V SMPS సాధారణంగా నమ్మదగినవి అయినప్పటికీ, అవి కాలక్రమేణా లోపభూయిష్టంగా మారవచ్చు లేదా పవర్ సర్జెస్, కాంపోనెంట్ వృద్ధాప్యం లేదా పర్యావరణ పరిస్థితులు వంటి అనేక కారణాల వల్ల కావచ్చు. విద్యుత్ సరఫరాలో కార్యాచరణను నిర్వహించడానికి ఈ సమస్యలను ఎలా పరిష్కరించాలో మరియు రిపేర్ చేయాలో అర్థం చేసుకోవడం చాలా కీలకం.

కింది విభాగాలలో, మేము 12V SMPS యూనిట్లలో సంభవించే సాధారణ సమస్యలు, వాటికి గల కారణాలు మరియు వాటి సమర్థవంతమైన ట్రబుల్షూటింగ్ మరియు రిపేర్ కోసం సాంకేతికతలను విశ్లేషిస్తాము.

3.2 12V SMPSతో సాధారణ సమస్యలు

ఏదైనా ఎలక్ట్రానిక్ పరికరం వలె, 12V SMPS యూనిట్లు వివిధ సమస్యలను ఎదుర్కోవచ్చు. సంభవించే సాధారణ సమస్యలను అర్థం చేసుకోవడం మీరు వాటిని గుర్తించడంలో మరియు వాటిని సమర్థవంతంగా పరిష్కరించడంలో సహాయపడుతుంది. 12V SMPS యూనిట్లతో మీరు ఎదుర్కొనే కొన్ని సాధారణ సమస్యలు ఇక్కడ ఉన్నాయి:

1. అవుట్‌పుట్ వోల్టేజ్ లేదు: 12V SMPS ఏదైనా అవుట్‌పుట్ వోల్టేజీని అందించడంలో విఫలమైనప్పుడు అత్యంత సాధారణ సమస్యలలో ఒకటి. ఎగిరిన ఫ్యూజ్, తప్పు రెక్టిఫైయర్ డయోడ్లు, తప్పు పవర్ స్విచ్ లేదా తప్పు ఫీడ్‌బ్యాక్ సర్క్యూట్ వంటి సమస్యల వల్ల ఇది సంభవించవచ్చు.

2. వేడెక్కడం: వేడెక్కడం అనేది సరిపోని శీతలీకరణ, ఓవర్‌లోడింగ్ లేదా కెపాసిటర్లు, ట్రాన్స్‌ఫార్మర్లు లేదా పవర్ స్విచ్‌ల వంటి లోపభూయిష్ట భాగాలతో సహా వివిధ కారణాల వల్ల సంభవించవచ్చు. తనిఖీ చేయకుండా వదిలేస్తే, వేడెక్కడం అనేది థర్మల్ షట్‌డౌన్ లేదా కాంపోనెంట్ వైఫల్యానికి దారి తీస్తుంది.

3. వోల్టేజ్ అస్థిరత: అవుట్‌పుట్ వోల్టేజ్ హెచ్చుతగ్గులకు గురైతే లేదా కావలసిన 12V నుండి వైదొలిగితే, అది SMPS ద్వారా ఆధారితమైన పరికరాలకు సమస్యలను కలిగిస్తుంది. ఇది వోల్టేజ్ రెగ్యులేషన్ సర్క్యూట్,

ఫీడ్‌బ్యాక్ లూప్ లేదా కెపాసిటర్లు లేదా రెసిస్టర్లు వంటి తప్పు భాగాల వల్ల కావచ్చు.

4. అధిక అలల కరెంట్: SMPS యొక్క DC అవుట్‌పుట్‌లో ఉన్న AC భాగాన్ని అలల సూచిస్తుంది. అలల కరెంట్ చాలా ఎక్కువగా ఉంటే, అది కనెక్ట్ చేయబడిన పరికరాలకు అంతరాయం కలిగించవచ్చు లేదా వాటి పనితీరును ప్రభావితం చేయవచ్చు. అధిక అలల కరెంట్ యొక్క సాధారణ కారణాలు లోపభూయిష్ట కెపాసిటర్లు, సరికాని వడపోత లేదా రెక్టిఫైయర్ దశలో సమస్యలు.

5. వింత శబ్దాలు: 12V SMPS నుండి వచ్చే సందడి లేదా హమ్మింగ్ వంటి అసాధారణ శబ్దాలు సాధ్యమయ్యే సమస్యను సూచిస్తాయి. ఈ శబ్దాలు వదులుగా ఉండే భాగాలు, తప్పు ట్రాన్స్‌ఫార్మర్లు లేదా సరైన గ్రౌండింగ్ కారణంగా సంభవించవచ్చు.

6. అడపాదడపా ఆపరేషన్: 12V SMS అడపాదడపా పనిచేసినప్పుడు లేదా ఊహించని విధంగా ప్రవర్తించినప్పుడు, అది నిరుత్సాహపరుస్తుంది మరియు అంతర్లీన సమస్యను సూచించవచ్చు. ఇది వదులుగా ఉండే కనెక్షన్లు, తప్పు సోల్డర్ జాయింట్లు లేదా థర్మల్ సమస్యలకు దారి తీయవచ్చు, ఇవి కొన్ని పరిస్థితులలో భాగాలు పనిచేయకపోవడానికి కారణమవుతాయి.

7. కాంపోనెంట్ వైఫల్యం: కెపాసిటర్లు, డయోడలు, ట్రాన్స్‌ఫార్మర్లు లేదా పవర్ స్విచ్‌లు వంటి 12V SMPSలోని వివిధ భాగాలు వృద్ధాప్యం, వోల్టేజ్ సర్జలు లేదా వేడెక్కడం వల్ల కాలక్రమేణా విఫలమవుతాయి. పరికరాల వైఫల్యం విద్యుత్

నష్టం, వోల్టేజ్ అసమానతలు లేదా పూర్తి యూనిట్ వైఫల్యంతో సహా అనేక రకాల సమస్యలకు దారి తీస్తుంది.

కింది విభాగాలలో, ఈ సాధారణ సమస్యలను సమర్థవంతంగా పరిష్కరించడానికి మేము ట్రబుల్షూటింగ్ పద్ధతులు మరియు మరమ్మతు పద్ధతులను చర్చిస్తాము. 12V SMPSలో ఏవైనా మరమ్మతులు చేసే ముందు, సరైన భద్రతా జాగ్రత్తలను అనుసరించడం మరియు ఎలక్ట్రానిక్స్ గురించి మంచి అవగాహన కలిగి ఉండటం చాలా ముఖ్యం. మరమ్మతు ప్రక్రియ యొక్క ఏదైనా అంశం గురించి మీకు తెలియకుంటే, అర్హత కలిగిన సాంకేతిక నిపుణుడిని సంప్రదించండి లేదా అధీకృత సేవా కేంద్రం నుండి సహాయం పొందండి.

3.3 దశల వారీ ట్రబుల్షూటింగ్ విధానం

12V SMPSతో సమస్యలను ఎదుర్కొన్నప్పుడు, సరైన ట్రబుల్షూటింగ్ విధానాన్ని అనుసరించడం సమస్యను గుర్తించడంలో మరియు దానిని సమర్థవంతంగా పరిష్కరించడంలో సహాయపడుతుంది. 12V SMPSని పరిష్కరించడానికి ఇక్కడ దశల వారీ గైడ్ ఉంది:

1. పవర్‌ను డిస్‌కనెక్ట్ చేయండి: ఏదైనా ట్రబుల్షూటింగ్ ప్రారంభించే ముందు, మీ భద్రతను నిర్ధారించడానికి మరియు యూనిట్‌కు మరింత నష్టం జరగకుండా నిరోధించడానికి పవర్ సోర్స్ నుండి 12V SMPSని డిస్‌కనెక్ట్ చేయండి.

2. దృశ్య తనిఖీ: నష్టం, వదులుగా ఉన్న కనెక్షన్‌లు లేదా కాలిపోయిన భాగాల యొక్క స్పష్టమైన సంకేతాల కోసం SMPS యొక్క దృశ్య తనిఖీని నిర్వహించండి. ఏదైనా ఎగిరిన భాగాలు, సర్క్యూట్ బోర్డ్‌లో రంగు మారిన ప్రాంతాలు లేదా ఎగిరిన కెపాసిటర్ల కోసం తనిఖీ చేయండి. అన్ని భాగాలు సరిగ్గా కూర్చున్నాయని మరియు సురక్షితంగా జోడించబడిందని నిర్ధారించుకోండి.

3. ఇన్‌పుట్ పవర్‌ని తనిఖీ చేయండి: ఇన్‌పుట్ పవర్ సోర్స్‌ని తనిఖీ చేయండి, అది నిర్దేశిత పరిధిలో ఉందో లేదో తనిఖీ చేయండి. ఇన్‌పుట్ వోల్టేజ్‌ని కొలవడానికి మల్టీమీటర్‌ని ఉపయోగించండి మరియు అది ఊహించిన పరిధికి సరిపోతుందో

లేదో తనిఖీ చేయండి. ఇన్‌పుట్ వోల్టేజ్ తప్పుగా ఉంటే, SMPS సరిగ్గా పని చేయకపోవచ్చు.

4. అవుట్‌పుట్ వోల్టేజ్‌ని తనిఖీ చేయండి: 12V SMPSని లోడ్‌కి కనెక్ట్ చేయండి లేదా అవుట్‌పుట్ వోల్టేజ్‌ని కొలవడానికి మల్టీమీటర్‌ని ఉపయోగించండి. కొలవబడిన వోల్టేజ్‌ను కావలసిన 12V అవుట్‌పుట్‌తో సరిపోల్చండి. అవుట్‌పుట్ వోల్టేజ్ లేనట్లయితే లేదా 12V నుండి గణనీయంగా వైదొలగినట్లయితే, తదుపరి సర్దుబాటు అవసరం.

5. భాగాలు మరియు రక్షణ సర్క్యూట్‌ను తనిఖీ చేయండి: ఏదైనా దెబ్బతిన్న లేదా ఎగిరిన భాగాల కోసం SMSలోని భాగాలను తనిఖీ చేయండి. ఎగిరిన ఫ్యూజ్‌లను తగిన రేటింగ్‌తో భర్తీ చేయండి. అలాగే, ఓవర్-కరెంట్ లేదా ఓవర్-టెంపరేచర్ ప్రొటెక్షన్ వంటి సేఫ్టీ సర్క్యూట్‌లను తనిఖీ చేయండి, అవి సరిగ్గా పనిచేస్తున్నాయని నిర్ధారించుకోండి.

6. కెపాసిటర్లను తనిఖీ చేయండి: SMPS యూనిట్లలో కెపాసిటర్ వైఫల్యం ఒక సాధారణ సమస్య. ఏదైనా వాపు లేదా లీక్ కెపాసిటర్ల కోసం సర్క్యూట్ బోర్డ్‌ను తనిఖీ చేయండి. ఏదైనా లోపభూయిష్ట కెపాసిటర్లు కనుగొనబడితే, వాటిని అదే సామర్థ్యం మరియు వోల్టేజ్ రేటింగ్ యొక్క కెపాసిటర్లతో భర్తీ చేయండి.

7. టెస్ట్ డయోడ్లు మరియు ట్రాన్సిస్టర్లు: SMPS యొక్క సరిదిద్దడం మరియు మారే దశలలో డయోడ్లు మరియు ట్రాన్సిస్టర్లు ముఖ్యమైన భాగాలు. డయోడ్ గెయిన్ మోడ్‌లో మల్టీమీటర్‌ని

ఉపయోగించి సరైన ఆపరేషన్ కోసం వాటిని పరీక్షించండి. ఏదైనా లోపభూయిష్ట డయోడ్లు లేదా ట్రాన్సిస్టర్లను అవసరమైన విధంగా భర్తీ చేయండి.

8. ట్రాన్స్ఫార్మర్లు మరియు కండక్టర్లను తనిఖీ చేయండి: ఏదైనా నష్టం, వదులుగా ఉండే వైండింగ్లు లేదా షార్ట్ వైండింగ్ల కోసం ట్రాన్స్ఫార్మర్లు మరియు ఇండక్టర్లను తనిఖీ చేయండి. వైండింగ్ల అంతటా ప్రతిఘటనను కొలవడానికి ఓమ్ మీటర్ను ఉపయోగించండి మరియు అవి పేర్కొన్న పరిధిలో ఉన్నాయని నిర్ధారించుకోండి. ఏదైనా లోపభూయిష్ట ట్రాన్స్ఫార్మర్లు లేదా ఇండక్టర్ల భర్తీ.

9. నియంత్రణ మరియు ఫీడ్బ్యాక్ సర్క్యూట్లను తనిఖీ చేయండి: అవుట్పుట్ వోల్టేజీని నియంత్రించడానికి బాధ్యత వహించే నియంత్రణ మరియు ఫీడ్బ్యాక్ సర్క్యూట్లను తనిఖీ చేయండి. రెసిస్టర్లు, పొటెన్షియోమీటర్లు, ఆపరేషనల్ యాంప్లిఫైయర్లు మరియు ఆప్టోకప్లర్లు వంటి భాగాలను పరిశీలించండి. ప్రతిఘటన లేదా వోల్టేజ్ స్థాయిలను కొలవడం వంటి తగిన సాంకేతికతలను ఉపయోగించి ఈ భాగాలను పరీక్షించండి. ఏదైనా తప్పు భాగాలను భర్తీ చేయండి.

10. పవర్ స్విచ్ని పరీక్షించండి: SMPSకి పవర్ స్విచ్ ఉంటే, మల్టీమీటర్ని ఉపయోగించి దాని ఆపరేషన్ని తనిఖీ చేయండి. ఇది సరిగ్గా ఆన్ మరియు ఆఫ్ అవుతుందని నిర్ధారిస్తుంది మరియు

SMPS ద్వారా సరైన కరెంట్ ప్రవాహాన్ని అనుమతిస్తుంది.

11. థర్మల్ తనిఖీ: వేడెక్కగల ఏవైనా భాగాలు ఉన్నాయా అని తనిఖీ చేయండి. హాట్‌స్పాట్‌లను గుర్తించడానికి థర్మల్ ఇమేజింగ్ కెమెరా లేదా నాన్-కాంటాక్ట్ ఇన్‌ఫ్రారెడ్ థర్మామీటర్ ఉపయోగించండి. వేడెక్కడం వల్ల భాగం వైఫల్యం లేదా థర్మల్ షట్‌డౌన్ ఏర్పడవచ్చు. శీతలీకరణను మెరుగుపరచండి లేదా తదనుగుణంగా ఉష్ణ సమస్యలను పరిష్కరించండి.

12. మళ్లీ కనెక్ట్ చేయండి మరియు మళ్లీ కనెక్ట్ చేయండి: మీరు అవసరమైన సమయం లేదా రీప్లేస్‌మెంట్‌లను పూర్తి చేసిన తర్వాత, SMPSని మళ్లీ కనెక్ట్ చేసి, పవర్ సోర్స్‌కి మళ్లీ కనెక్ట్ చేయండి. 12V అవుట్‌పుట్ వోల్టేజ్ యొక్క ఆపరేషన్ మరియు స్థిరత్వాన్ని తనిఖీ చేయండి. రిపేర్ చేయబడిన SMS ఆశించిన విధంగా పనిచేస్తుందని నిర్ధారించుకోండి.

12V SMSను సర్వీసింగ్ మరియు రిపేర్ చేసేటప్పుడు జాగ్రత్త వహించండి మరియు భద్రతా మార్గదర్శకాలను అనుసరించండి. మీరు ఎలక్ట్రానిక్స్‌తో పని చేయడంలో అనుభవం లేదా అనుభవం లేనివారు అయితే, సహాయం కోరడం ఉత్తమం.

3.4 కెపాసిటర్ స్విచింగ్ మరియు వోల్టేజ్ నియంత్రణ

కెపాసిటర్లు 12V SMPS యూనిట్లలో కీలకమైన భాగాలు మరియు వాటి వైఫల్యం వోల్టేజ్ అస్థిరత, అధిక అలల కరెంట్ మరియు విద్యుత్ నష్టం వంటి వివిధ సమస్యలకు దారి తీస్తుంది. ఈ విభాగంలో, లోపభూయిష్ట కెపాసిటర్లను భర్తీ చేయడానికి మరియు 12V SMPSలో సరైన వోల్టేజ్ నియంత్రణను నిర్ధారించే విధానాన్ని మేము చర్చిస్తాము.

1. తప్పు కెపాసిటర్లను గుర్తించండి: SMPS సర్క్యూట్ బోర్డ్‌లోని కెపాసిటర్లను దృశ్యమానంగా తనిఖీ చేయడం ద్వారా ప్రారంభించండి. వాపు, ఎలక్ట్రోలైట్ లీకేజ్ లేదా రంగు మారడం వంటి సంకేతాల కోసం చూడండి. సంగీత కెపాసిటర్ వైఫల్యం యొక్క లక్షణాలు. అదనంగా, ప్రతి కెపాసిటర్ యొక్క కెపాసిటెన్స్‌ని పరీక్షించడానికి కెపాసిటెన్స్ మీటర్ లేదా కెపాసిటెన్స్ మెజర్‌మెంట్ ఫంక్షన్‌తో మల్టీమీటర్‌ని ఉపయోగించండి. అవుట్-ఆఫ్-టాలరెన్స్ కెపాసిటర్లను గుర్తించడానికి తయారీదారు యొక్క స్పెసిఫికేషన్‌లతో కొలిచిన కెపాసిటెన్స్‌ను సరిపోల్చండి.

2. రీప్లేస్‌మెంట్ కెపాసిటర్లను ఎంచుకోండి: మీరు తప్పు కెపాసిటర్లను కనుగొన్న తర్వాత, తగిన రీప్లేస్‌మెంట్లను కొనుగోలు చేయండి. రీప్లేస్‌మెంట్ కెపాసిటర్లు ఒకే కెపాసిటెన్స్ విలువ (మైక్రోఫారడ్స్, µFలో కొలుస్తారు) మరియు

అసలైన వోల్టేజ్ రేటింగ్ను కలిగి ఉన్నాయని నిర్ధారించుకోండి. విశ్వసనీయతను నిర్ధారించడానికి, సాధారణంగా అదే లేదా ఎక్కువ వోల్టేజ్ రేటింగ్తో కెపాసిటర్లను ఉపయోగించమని సిఫార్సు చేయబడింది.

3. భద్రతా జాగ్రత్తలు: కెపాసిటర్ను మార్చే ముందు, పవర్ సోర్స్ నుండి SMPSని డిస్కనెక్ట్ చేయండి మరియు కెపాసిటర్లలో నిల్వ చేయబడిన శక్తిని విడుదల చేయండి. కెపాసిటర్ టెర్మినల్స్ను రెసిస్టర్తో షార్ట్ చేయడం ద్వారా లేదా డిచ్చార్జ్ టూల్ని ఉపయోగించడం ద్వారా ఇది చేయవచ్చు. పవర్ కట్ తర్వాత కెపాసిటర్లు అధిక ఓల్టేజీని నిల్వ చేయగలవు, కాబట్టి విద్యుత్ షాక్లను నివారించడానికి జాగ్రత్తలు తీసుకోండి.

4. డిసోల్డరింగ్ కెపాసిటర్లు: సర్క్యూట్ బోర్డ్ నుండి లోపభూయిష్ట కెపాసిటర్లను తొలగించడానికి డిసోల్డరింగ్ పంప్ లేదా డిసోల్డరింగ్ పిన్ ఉపయోగించండి. భాగాలను శాంతముగా లాగుతున్నప్పుడు కెపాసిటర్ను బోర్డుకి కనెక్ట్ చేసే ప్రతి టంకము ఉమ్మడిని వేడి చేయండి. ఈ ప్రక్రియలో చుట్టుపక్కల భాగాలు లేదా సర్క్యూట్ బోర్డ్ దెబ్బతినకుండా జాగ్రత్త వహించండి.

5. మౌంటు మరియు సోల్డరింగ్ రీప్లేస్మెంట్ కెపాసిటర్లు: సరైన ధ్రువణతను (పాజిటివ్ మరియు నెగటివ్ టెర్మినల్స్) నిర్ధారిస్తూ, సర్క్యూట్ బోర్డ్లో తగిన స్థానాల్లో భర్తీ కెపాసిటర్లను చొప్పించండి. కెపాసిటర్ లీడ్స్ను సంబంధిత టంకము ప్యాడ్లతో సమలేఖనం చేయండి. కెపాసిటర్ లీడ్స్ను

జాగ్రత్తగా టంకం చేస్తున్నప్పుడు టంకము ప్యాడ్‌లకు వేడిని వర్తింపజేయండి, సురక్షితమైన మరియు విశ్వసనీయ కనెక్షన్‌ని నిర్ధారిస్తుంది. అవసరమైతే అదనపు ట్రాక్‌లను కత్తిరించండి.

6. వోల్టేజ్ నియంత్రణ సర్దుబాటు: కొన్ని 12V SMPS యూనిట్లు వోల్టేజ్ నియంత్రణ సర్దుబాటు లక్షణాలను కలిగి ఉంటాయి. అవుట్‌పుట్ వోల్టేజ్ స్థిరంగా లేకుంటే లేదా కావలసిన 12V నుండి వైదొలిగితే, మీరు వోల్టేజ్ రెగ్యులేషన్ సర్క్యూట్‌ను సర్దుబాటు చేయాల్సి ఉంటుంది. వోల్టేజ్ కాలిట్రేషన్ విధానాలపై నిర్దిష్ట సూచనల కోసం SMPS తయారీదారు డాక్యుమెంటేషన్ లేదా డేటా షీట్లను చూడండి. ఇది కావలసిన అవుట్‌పుట్ వోల్టేజ్‌ను సాధించడానికి పొటెన్షియోమీటర్లు లేదా ఇతర వోల్టేజ్ నియంత్రణ భాగాలను సర్దుబాటు చేయడం కలిగి ఉండవచ్చు.

7. పరీక్ష మరియు ధృవీకరణ: కెపాసిటర్లను భర్తీ చేసి, వోల్టేజ్ రెగ్యులేటర్‌ని సర్దుబాటు చేసిన తర్వాత, 12V SMPSని పవర్ సోర్స్‌కి మళ్లీ కనెక్ట్ చేయండి మరియు మల్టీమీటర్‌ని ఉపయోగించి అవుట్‌పుట్ వోల్టేజ్‌ని పరీక్షించండి. అవుట్‌పుట్ వోల్టేజ్ ఆమోదయోగ్యమైన టాలరెన్స్ పరిధిలో 12V వద్ద స్థిరంగా ఉందని నిర్ధారించుకోండి. వోల్టేజ్ హెచ్చుతగ్గులు లేదా అక్రమాలకు సంబంధించిన ఏవైనా సంకేతాల కోసం మానిటర్ చేయండి.

కెపాసిటర్లను భర్తీ చేయడం మరియు వోల్టేజ్ రెగ్యులేటర్‌ను సర్దుబాటు చేయడం వంటి ప్రక్రియకు ఎలక్ట్రానిక్స్‌లో నిర్దిష్ట

స్థాయి జ్ఞానం మరియు నైపుణ్యం అవసరమని గమనించాలి. మీకు ఏదైనా దశ లేదా అనుభవం లేకపోవడం గురించి ఖచ్చితంగా తెలియకుంటే, అర్హత కలిగిన టెక్నీషియన్ లేదా అధీకృత సేవా కేంద్రం నుండి సహాయం పొందడం ఉత్తమం.

3.5 మరమ్మతు చేయబడిన 12V SMS పరీక్ష

12V SMPSని రిపేర్ చేసిన తర్వాత, యూనిట్ సరిగ్గా పని చేస్తుందని మరియు స్థిరమైన అవుట్‌పుట్ వోల్టేజ్‌ని అందించడం కోసం దానిని పూర్తిగా పరీక్షించడం చాలా ముఖ్యం. మరమ్మతు చేయబడిన 12V SMSని పరీక్షించడానికి ఇక్కడ దశలు ఉన్నాయి:

1. భద్రతా జాగ్రత్తలు: SMSని పరీక్షించే ముందు, అన్ని కనెక్షన్లు సురక్షితంగా ఉన్నాయని నిర్ధారించుకోండి మరియు తగిన భద్రతా జాగ్రత్తలను అనుసరించండి. ముందుగా అందించిన భద్రతా మార్గదర్శకాల ప్రకారం పవర్ సోర్స్ నుండి SMPSని డిస్‌కనెక్ట్ చేయండి మరియు కెపాసిటర్లలో నిల్వ చేయబడిన శక్తిని విడుదల చేయండి.

2. దృశ్య తనిఖీ: మరమ్మతులు చేయబడిన SMPS యొక్క దృశ్య తనిఖీని నిర్వహించండి. వదులుగా ఉన్న కనెక్షన్లు, తప్పు భాగాలు లేదా టంకం లోపాల కోసం తనిఖీ చేయండి. అన్ని భర్తీ భాగాలు సరైన విలువతో ఉన్నాయని మరియు సరిగ్గా ఇన్‌స్టాల్ చేయబడిందని ధృవీకరించండి.

3. SMPSని మళ్లీ కనెక్ట్ చేయండి: మరమ్మతు చేయబడిన 12V SMPSని లోడ్ లేదా టెస్ట్ సర్క్యూట్‌కు కనెక్ట్ చేయండి. ఇన్‌పుట్ మరియు అవుట్‌పుట్ కనెక్షన్లు సరిగ్గా ఇన్‌స్టాల్ చేయబడిందని నిర్ధారించుకోండి. SMPS లేదా కనెక్ట్ చేయబడిన పరికరాలకు నష్టం జరగకుండా

ఉండటానికి కనెక్షన్ల ధ్రువణతను రెండుసార్లు తనిఖీ చేయండి.

4. పవర్ ఆన్: SMPSని పవర్ సోర్స్‌కి మళ్లీ కనెక్ట్ చేసి, దాన్ని ఆన్ చేయండి. కూలింగ్ ఫ్యాన్ స్పిన్నింగ్ లేదా LED సూచికలు ఫ్లాషింగ్ వంటి ఏవైనా ప్రారంభ ప్రారంభ ప్రవర్తనను గమనించండి. రస్టింగ్ లేదా హమ్మింగ్ వంటి అసాధారణ శబ్దాలను వినండి, ఇది సంభావ్య సమస్యలను సూచిస్తుంది.

5. అవుట్‌పుట్ వోల్టేజ్ కొలత: మరమ్మతు చేయబడిన 12V SMPS యొక్క అవుట్‌పుట్ వోల్టేజ్‌ని కొలవడానికి మల్టీమీటర్‌ను ఉపయోగించడం. SMPS యొక్క సానుకూల మరియు ప్రతికూల అవుట్‌పుట్ టర్మినల్‌లకు మల్టీమీటర్ ప్రోబ్‌లను కనెక్ట్ చేయండి. కొలవటడిన వోల్టేజ్ స్థిరంగా ఉందని మరియు కావలసిన 12V పరిధిలో ఉందని ధృవీకరించండి. ఏదైనా హెచ్చుతగ్గులు లేదా వ్యత్యాసాల కోసం వోల్టేజ్‌ను పర్యవేక్షించండి.

6. లోడ్ టెస్ట్: వాస్తవ-ప్రపంచ ఆపరేటింగ్ పరిస్థితులను అనుకరించడానికి 12V SMPSకి లోడ్‌ను వర్తింపజేయండి. తగిన విద్యుత్ అడ్డంకులు లేదా తగినంత కరెంట్ తీసుకునే ఎలక్ట్రానిక్ పరికరాలను కనెక్ట్ చేయడం ద్వారా ఇది చేయవచ్చు. అవుట్‌పుట్ వోల్టేజ్ స్థిరంగా మరియు ఆమోదయోగ్యమైన టాలరెన్స్ పరిమితుల్లో ఉందని నిర్ధారించుకోవడానికి లోడ్ వర్తించినప్పుడు దాని పర్యవేక్షించండి.

7. అలల కరెంట్ కొలత: అవుట్‌పుట్ వోల్టేజ్‌లోని అలల కరెంట్‌ను కొలవడానికి AC వోల్టేజ్ కొలత

ఫంక్షన్‌తో ఒసిల్లోస్కోప్ లేదా మల్టీమీటర్‌ను ఉపయోగించడం. అవుట్‌పుట్ టెర్మినల్స్‌లో కొలిచే పరికరాన్ని కనెక్ట్ చేయండి మరియు తరంగ రూపాన్ని గమనించండి. అలల కరెంట్ SMPS తయారీదారు పేర్కొన్న ఆమోదయోగ్యమైన పరిమితుల్లో ఉందని నిర్ధారించుకోండి.

8. థర్మల్ టెస్టింగ్: ఆపరేషన్ సమయంలో ట్రాన్స్‌ఫార్మర్లు, పవర్ స్విచ్‌లు మరియు హీట్ సింక్‌లు వంటి కీలక భాగాల ఉష్ణోగ్రతను పర్యవేక్షించండి. హాట్‌స్పాట్‌లు లేదా వేడెక్కడాన్ని గుర్తించడానికి థర్మల్ ఇమేజింగ్ కెమెరా లేదా నాన్-కాంటాక్ట్ ఇన్‌ఫ్రారెడ్ థర్మామీటర్‌ని ఉపయోగించండి. మరమ్మతు చేయబడిన SMS వేడెక్కుతుందని మరియు సురక్షితమైన ఆపరేటింగ్ ఉష్ణోగ్రతను నిర్వహిస్తుందని నిర్ధారించుకోండి.

9. దీర్ఘాయువు పరీక్ష: దాని దీర్ఘకాలిక స్థిరత్వం మరియు విశ్వసనీయతను అంచనా వేయడానికి రిపేర్ చేయబడిన 12V SMPSని దీర్ఘకాలం పాటు అమలు చేయండి. ఈ టెస్ట్ రన్‌లో అవుట్‌పుట్ వోల్టేజ్, ఉష్ణోగ్రత మరియు మొత్తం పనితీరును పర్యవేక్షించండి. పొడిగించిన ప్రక్రియలో తలెత్తే ఏవైనా అసాధారణతలు లేదా సంక్లిష్టతలను గమనించండి.

10. తుది ధృవీకరణ: పరీక్ష ప్రక్రియను పూర్తి చేసిన తర్వాత, రిపేర్ చేయబడిన 12V SMPS పనితీరును కావలసిన స్పెసిఫికేషన్‌లకు అనుగుణంగా అంచనా వేయండి. ఇది అవసరమైన

అవుట్‌పుట్ వోల్టేజ్, స్థిరత్వం మరియు పనితీరు ప్రమాణాలకు అనుగుణంగా ఉందని నిర్ధారించుకోండి. ఏవైనా సమస్యలు లేదా వ్యత్యాసాలు కనుగొనబడితే, వాటిని తదనుగుణంగా పరిష్కరించడానికి ట్రబుల్షూటింగ్ మరియు మరమ్మత్తు ప్రక్రియను మళ్లీ సందర్శించండి.

ఈ పరీక్ష దశలను అనుసరించడం ద్వారా, మీరు 12V SMPSలో చేసిన మరమ్మతుల ప్రభావాన్ని తనిఖీ చేయవచ్చు మరియు దాని సరైన పనితీరును నిర్ధారించవచ్చు. మీరు సమస్యలను ఎదుర్కొంటూనే ఉంటే లేదా పరీక్ష విధానం గురించి ఖచ్చితంగా తెలియకుంటే, అర్హత కలిగిన సాంకేతిక నిపుణుడు లేదా అధీకృత సేవా కేంద్రాన్ని సంప్రదించమని సిఫార్సు చేయబడింది.

చాప్టర్ 4: 5V SMPS రిపేర్

4.1 5V SMPSని అర్థం చేసుకోవడం

ఈ అధ్యాయంలో, మేము 5V స్విచ్-మోడ్ పవర్ సప్లెస్ (SMPS) ప్రపంచాన్ని పరిశీలిస్తాము. 5V SMPS అనేది ఒక రకమైన విద్యుత్ సరఫరా, ఇది ఇన్‌పుట్ వోల్టేజ్‌ను స్థిరమైన 5V అవుట్‌పుట్ వోల్టేజ్‌గా మారుస్తుంది మరియు సాధారణంగా వివిధ ఎలక్ట్రానిక్ పరికరాలు మరియు భాగాలను శక్తివంతం చేయడానికి ఉపయోగిస్తారు.

1. పని సూత్రం: 5V SMPS యొక్క పని సూత్రం ఇతర SMPS యూనిట్ల మాదిరిగానే ఉంటుంది. ఇది ఇన్‌పుట్ వోల్టేజ్‌ను (సాధారణంగా AC మూలం లేదా అధిక DC వోల్టేజ్ నుండి) 5V DC అవుట్‌పుట్ వోల్టేజ్‌గా మార్చడానికి స్విచ్ రెగ్యులేటర్ సర్క్యూట్ రకాన్ని ఉపయోగిస్తుంది. వోల్టేజ్ మార్పిడి ప్రక్రియను సమర్థవంతంగా నియంత్రించడానికి, స్విచ్చింగ్ రెగ్యులేటర్ అధిక ఫ్రీక్వెన్సీ మార్పిడిని ఉపయోగిస్తుంది.

2. భాగాలు: 5V SMPS అవుట్‌పుట్ వోల్టేజ్‌ని నియంత్రించడానికి కలిసి పనిచేసే వివిధ భాగాలను కలిగి ఉంటుంది. ఈ అంశాలు ఉన్నాయి:
ఎ. ట్రాన్స్‌ఫార్మర్: తదుపరి ప్రాసెసింగ్ కోసం తగిన స్థాయికి ఇన్‌పుట్ వోల్టేజ్‌ను పెంచేయడం, దిగిపోవడానికి ట్రాన్స్‌ఫార్మర్ బాధ్యత వహిస్తుంది.
బి. రెక్టిఫికేషన్ సర్క్యూట్: రెక్టిఫికేషన్ సర్క్యూట్ AC ఇన్‌పుట్ వోల్టేజ్‌ను పల్సేటింగ్ DC వోల్టేజ్‌గా మారుస్తుంది.
సి. ఫిల్టరింగ్ సర్క్యూట్: ఫిల్టరింగ్ సర్క్యూట్ అవాంఛిత AC అలలను తొలగిస్తుంది మరియు సరిదిద్దబడిన DC వోల్టేజ్‌ను సున్నితంగా చేస్తుంది.
ఇ. స్విచింగ్ రెగ్యులేటర్: స్విచింగ్ రెగ్యులేటర్ స్విచింగ్ ప్రక్రియను నియంత్రిస్తుంది మరియు అవుట్‌పుట్ వోల్టేజ్‌ను 5V వద్ద నియంత్రించడానికి విధి చక్రాన్ని సర్దుబాటు చేస్తుంది.
ఇ. ఫీడ్‌బ్యాక్ సర్క్యూట్: ఫీడ్‌బ్యాక్ సర్క్యూట్ అవుట్‌పుట్ వోల్టేజ్‌ను గ్రహిస్తుంది మరియు స్విచింగ్ రెగ్యులేటర్ ఫీడ్‌బ్యాక్‌ను అందిస్తుంది, ఇది

స్థిరమైన 5V అవుట్పుట్ను నిర్వహించడానికి సహాయపడుతుంది.

f. కెపాసిటర్లు, డయోడ్లు మరియు ఇండక్టర్లు: అవుట్పుట్ వోల్టేజ్ను సున్నితంగా చేయడానికి, శబ్దాన్ని ఫిల్టర్ చేయడానికి మరియు SMPS లోపల కరెంట్ ప్రవాహాన్ని నియంత్రించడానికి ఈ భాగాలు అవసరం.

3. అప్లికేషన్లు: 5V SMPS యూనిట్లు వివిధ ఎలక్ట్రానిక్ పరికరాలు మరియు సిస్టమ్‌లలో విస్తృత శ్రేణి అప్లికేషన్లను కనుగొంటాయి, వీటితో సహా:

ఎ. కన్స్యూమర్ ఎలక్ట్రానిక్స్: స్మార్ట్‌ఫోన్లు, టాబ్లెట్లు, గేమింగ్ కన్సోల్‌లు మరియు ఆడియో/వీడియో పరికరాల వంటి అనేక వినియోగదారు ఎలక్ట్రానిక్స్ పరికరాలకు 5V విద్యుత్ సరఫరా అవసరం.

బి. ఎంబెడెడ్ సిస్టమ్‌లు: మైక్రోకంట్రోలర్లు, డెవలప్‌మెంట్ కిట్లు మరియు ఇతర ఎంబెడెడ్ సిస్టమ్‌లు తరచుగా 5Vపై పనిచేస్తాయి మరియు పవర్ కోసం 5V SMPS యూనిట్లపై ఆధారపడతాయి.

సి. IoT పరికరాలు: ఇంటర్నెట్ ఆఫ్ థింగ్స్ (IoT) పరికరాలు మరియు సెన్సార్లు వాటి తక్కువ విద్యుత్ అవసరాల కారణంగా తరచుగా 5V విద్యుత్ సరఫరాలను ఉపయోగిస్తాయి.

ఇ. USB పవర్ సప్లెస్: USB ఛార్జర్లు మరియు పవర్ ఎడాప్టర్లు స్మార్ట్‌ఫోన్లు, టాబ్లెట్లు మరియు ఇతర USB-ఆధారిత పరికరాలను ఛార్జ్ చేయడానికి 5V అవుట్పుట్ను అందిస్తాయి.

ఇ. కంప్యూటర్ పెరిఫెరల్స్: వివిధ రకాల కంప్యూటర్ పెరిఫెరల్స్ బాహ్య హార్డ్ డ్రైవ్లు, కీబోర్డ్లు, ఎలుకలు మరియు USB హబ్లతో సహ 5V విద్యుత్ సరఫరాను ఉపయోగిస్తాయి.

సమర్థవంతమైన ట్రబుల్షూటింగ్ మరియు ట్రబుల్షూటింగ్ కోసం 5V SMPS యొక్క ప్రాథమికాలను అర్థం చేసుకోవడం చాలా ముఖ్యం. తదుపరి విభాగాలలో, మేము 5V SMPS యూనిట్లకు సంబంధించిన సాధారణ సమస్యలు, ట్రబుల్షూటింగ్ పద్ధతులు మరియు మరమ్మతు పద్ధతులను అన్వేషిస్తాము.

4.2 5V SMPS రిపేర్ కామన్ ప్రాబ్లమ్స్ మరియు ఫాల్ట్ ఫైండింగ్ టెక్నిక్స్

5V SMPS యూనిట్లు వాటి పనితీరు మరియు అవుట్‌పుట్ వోల్టేజ్ స్థిరత్వాన్ని ప్రభావితం చేసే వివిధ సమస్యలతో బాధపడవచ్చు. ఈ విభాగంలో, మేము 5V SMPS యూనిట్లలో ఎదురయ్యే సాధారణ సమస్యలను అన్వేషిస్తాము మరియు ఈ సమస్యలను గుర్తించడానికి మరియు సమర్థవంతంగా పరిష్కరించడానికి ట్రబుల్షూటింగ్ పద్ధతులను చర్చిస్తాము.

1. అవుట్‌పుట్ వోల్టేజ్ లేదా తక్కువ అవుట్‌పుట్ వోల్టేజ్ లేదు:
    - ఇన్‌పుట్ పవర్ సోర్స్ సరైన వోల్టేజీని సరఫరా చేస్తుందని నిర్ధారించుకోవడానికి దాన్ని తనిఖీ చేయండి.
    - ఏదైనా తప్పు డయోడలు లేదా బ్రిడ్జ్ రెక్టిఫైయర్ల కోసం రెక్టిఫైయర్ సర్క్యూట్ను తనిఖీ చేయండి.
    - ఏదైనా ఓపెన్ లేదా షార్ట్ వైండింగ్‌ల కోసం ట్రాన్స్‌ఫార్మర్ని తనిఖీ చేయండి.
    - సరైన కెపాసిటెన్స్ మరియు ESR (సమానమైన సిరీస్ రెసిస్టెన్స్) కోసం అవుట్‌పుట్ కెపాసిటర్లను పరీక్షించండి.
    - స్విచింగ్ రెగ్యులేటర్‌కి సరైన అభిప్రాయాన్ని అందిస్తోందని నిర్ధారించుకోవడానికి ఫీడ్‌బ్యాక్ సర్క్యూట్‌ని తనిఖీ చేయండి.

2. అధిక అవుట్‌పుట్ వోల్టేజ్ లేదా వోల్టేజ్ హెచ్చుతగ్గులు:

- ఫీడ్‌బ్యాక్ సర్క్యూట్ సరిగ్గా పని చేస్తుందో లేదో తనిఖీ చేయండి.
- వోల్టేజ్ రిఫరెన్స్ ఎలిమెంట్స్ మరియు ఫీడ్‌బ్యాక్ రెసిస్టర్లతో సహా వోల్టేజ్ రెగ్యులేషన్ సర్క్యూట్లను పరిశీలించండి.
- స్విచ్ రెగ్యులేటర్ సర్క్యూట్ యొక్క స్థిరత్వాన్ని మరియు ట్రాన్సిస్టర్లు మరియు ICలు వంటి దాని భాగాలను తనిఖీ చేయండి.
- సరైన కెపాసిటెన్స్ మరియు వోల్టేజ్ రేటింగ్ కోసం అవుట్‌పుట్ కెపాసిటర్లను పరీక్షించండి.
- 5V SMPSకి కనెక్ట్ చేయబడిన లోడ్ పేర్కొన్న పరిమితుల్లోనే ఉందని నిర్ధారించుకోండి.

3. వేడెక్కడం లేదా థర్మల్ షట్‌డౌన్:

- హీట్ సింక్ మరియు శీతలీకరణ వ్యవస్థలో ఏవైనా అడ్డంకులు లేదా దుమ్ము చేరడం కోసం తనిఖీ చేయండి.
- శీతలీకరణ ఫ్యాన్ యొక్క ఆపరేషన్ను తనిఖీ చేయండి మరియు అది సరిగ్గా పని చేస్తుందని నిర్ధారించుకోండి.
- వేడెక్కడానికి కారణమయ్యే ఏవైనా షార్ట్ లేదా తప్పు భాగాలు ఉన్నాయా అని తనిఖీ చేయండి.

- థర్మల్ ఇమేజింగ్ కెమెరా లేదా నాన్-కాంటాక్ట్ ఇన్‌ఫ్రారెడ్ థర్మామీటర్ ఉపయోగించి క్లిష్టమైన కాంపోనెంట్ ఉష్ణోగ్రతలను పర్యవేక్షించండి.

4. అవుట్‌పుట్‌లో అధిక అలలు లేదా శబ్దం:

   - ఏదైనా క్షీణత లేదా అధిక ESR సంకేతాల కోసం అవుట్‌పుట్ ఫిల్టరింగ్ కెపాసిటర్లను తనిఖీ చేయండి.

   - సర్క్యూట్‌లోకి శబ్దాన్ని ప్రవేశపెట్టగల వదులుగా లేదా దెబ్బతిన్న భాగాల కోసం తనిఖీ చేయండి.

   - SMPS మరియు కనెక్ట్ చేయబడిన పరికరాల సరైన గ్రౌండింగ్‌ను నిర్ధారించుకోండి.

   - శబ్దాన్ని అణిచివేసేందుకు ఇండక్టర్లు లేదా ఫెర్రైట్ పూసల వంటి అదనపు ఫిల్టరింగ్ ఎలిమెంట్లను జోడించండి.

5. సేఫ్టీ సర్క్యూట్ యాక్టివేషన్ లేదా డియాక్టివేషన్ సమస్యలు:

   - ఓవర్ కరెంట్, ఓవర్ వోల్టేజ్ మరియు ఓవర్ టెంపరేచర్ ప్రొటెక్షన్ సర్క్యూట్ల ఆపరేషన్‌ను తనిఖీ చేయండి.

   - షార్ట్ చేయబడిన భాగాలు లేదా లోడ్ నుండి అధిక కరెంట్ కోసం తనిఖీ చేయండి.

   - ఏదైనా లోపాలు లేదా ఓపెన్ సర్క్యూట్ల కోసం ఫ్యూజ్‌లు మరియు కరెంట్-సెన్సింగ్

రెసిస్టర్లు వంటి ప్రొటెక్టివ్ సర్క్యూట్ భాగాలను తనిఖీ చేయండి.

- రక్షణ సర్క్యూట్ సరిగ్గా కాన్ఫిగర్ చేయబడిందని మరియు క్రమాంకనం చేయబడిందని నిర్ధారించుకోండి.

ఈ సమస్యలను సరిచేయడానికి దృశ్య తనిఖీలు, కాంపోనెంట్ టెస్టింగ్ మరియు సర్క్యూట్ విశ్లేషణతో సహా క్రమబద్ధమైన విధానం అవసరం. మల్టీమీటర్, ఓసిల్లోస్కోప్ మరియు థర్మల్ ఇమేజ్ కెమెరా వంటి తగిన సాధనాలను ఉపయోగించి ట్రబుల్షూటింగ్ ప్రక్రియలో సహాయం చేయండి. నిర్దిష్ట ట్రబుల్షూటింగ్ మార్గదర్శకాలు మరియు సర్క్యూట్ రేఖాచిత్రాల కోసం SMPS తయారీదారు డాక్యుమెంటేషన్ మరియు డేటాషీట్లను సూచించడం ముఖ్యం.

విద్యుత్ వనరులను డిస్కనెక్ట్ చేయడం, కెపాసిటర్లను విడుదల చేయడం మరియు సరైన నిర్వహణ విధానాలను అనుసరించడం వంటి 5V SMPS యూనిట్లతో పని చేస్తున్నప్పుడు అవసరమైన భద్రతా జాగ్రత్తలు తీసుకోవాలని గుర్తుంచుకోండి. మీకు ఎలక్ట్రానిక్స్‌తో పని చేయడంలో అనుభవం లేకుంటే లేదా అనుభవం లేకుంటే, అర్హత కలిగిన టెక్నీషియన్ లేదా అధీకృత సేవా కేంద్రం నుండి సహాయం పొందడం ఉత్తమం.

4.3 5V SMPS రిపేర్ షార్ట్ సర్క్యూట్ గుర్తింపు మరియు మరమ్మతు

5V SMPS యూనిట్లలో షార్ట్ సర్క్యూట్ అనేది ఒక సాధారణ సమస్య, ఇది విద్యుత్ సరఫరా వైఫల్యం, వేడెక్కడం లేదా కనెక్ట్ చేయబడిన పరికరాలకు నష్టం కలిగించవచ్చు. SMPS యొక్క సురక్షితమైన మరియు సరైన ఆపరేషన్ను నిర్ధారించడానికి షార్ట్ సర్క్యూట్లను వెంటనే గుర్తించడం మరియు మరమ్మతు చేయడం చాలా ముఖ్యం. ఈ విభాగంలో, 5V SMPS యూనిట్లలో షార్ట్ సర్క్యూట్లను నిర్ధారించడం మరియు మరమ్మతు చేయడం వంటి దశలను మేము చర్చిస్తాము.

1. దృశ్య తనిఖీ: సర్క్యూట్ బోర్డ్ మరియు భాగాల యొక్క దృశ్య తనిఖీని నిర్వహించండి. కాలిపోయిన లేదా కరిగిన భాగాలు, దెబ్బతిన్న జాడలు లేదా అసాధారణ రంగు పాలిపోయిన సంకేతాల కోసం చూడండి. భాగాలు ఒకదానికొకటి లేదా సర్క్యూట్ బోర్డ్ను సంప్రదించగల ప్రాంతాలపై శ్రద్ధ వహించండి.

2. డిస్కనెక్ట్: మీ భద్రతను నిర్ధారించడానికి మరియు నష్టాన్ని నివారించడానికి పవర్ సోర్స్ నుండి 5V SMPSని డిస్కనెక్ట్ చేయండి.

3. ఎక్విప్మెంట్ టెస్టింగ్: షార్ట్ సర్క్యూట్ల కోసం వ్యక్తిగత భాగాలను కొలవడానికి మల్టీమీటర్ను ఉపయోగించడం. మల్టీమీటర్ను రెసిస్టెన్స్ (ఓమ్స్) మోడ్కు సెట్ చేయడం ద్వారా ప్రారంభించండి. ఒక ప్రోబ్ను కాంపోనెంట్ యొక్క పాజిటివ్ లీడ్ లేదా

పిన్‌పై మరియు మరొకటి నెగటివ్ లీడ్ లేదా పిన్‌పై ఉంచండి. మల్టీమీటర్ చాలా తక్కువ ప్రతిఘటనను (సున్నా ఓమ్‌లకు దగ్గరగా) చూపిస్తే, అది ఆ భాగంలో షార్ట్ సర్క్యూట్‌ను సూచిస్తుంది.

4. ఐసోలేషన్: షార్ట్ కాంపోనెంట్ గుర్తించబడిన తర్వాత, దాని లీడ్స్ లేదా పిన్‌లను డీసోల్డరింగ్ చేయడం ద్వారా సర్క్యూట్ బోర్డ్ నుండి వేరు చేయండి. షార్ట్ చేయబడిన భాగాల నుండి జోక్యం లేకుండా మిగిలిన సర్క్యూట్‌ను పూర్తి చేయడానికి ఇది మిమ్మల్ని అనుమతిస్తుంది.

5. ట్రేస్ ఇన్‌స్పెక్షన్: కాలిన గాయాలు, విరామాలు లేదా కోతలు వంటి ఏదైనా కనిపించే నష్టం సంకేతాల కోసం వివిక్త భాగం సమీపంలో ఉన్న సర్క్యూట్ బోర్డ్ జాడలను తనిఖీ చేయండి. అవసరమైతే భూతద్దం ఉపయోగించండి. అధిక కరెంట్ లేదా షార్ట్ సర్క్యూట్ కారణంగా వేడెక్కడం వలన జాడలు దెబ్బతింటాయి.

6. కంటిన్యుటీ టెస్ట్: మల్టీమీటర్‌ను కంటిన్యుటీ లేదా బీప్ మోడ్‌కి సెట్ చేయండి. ఐసోలేటెడ్ కాంపోనెంట్‌కు కనెక్ట్ చేయబడిన సీసం యొక్క ఒక చివరన ఒక ప్రోట్ మరియు మరోక చివరలో మరోక ప్రోట్ ఉంచండి. మల్టీమీటర్ బీప్‌లు లేదా కొనసాగింపును చూపిస్తే, అది ట్రేస్ చెక్కుచెదరకుండా ఉందని సూచిస్తుంది. బీప్ లేదా కొనసాగింపు లేనట్లయితే, ట్రేస్‌కు విరామం లేదా నష్టం జరుగుతుంది.

7. ట్రేస్ రిపేర్: మీరు దెబ్బతిన్న లేదా విరిగిన జాడను కనుగొంటే, మీరు దానిని రాగి తీగ లేదా వాహక

ఇంక్ ఉపయోగించి రిపేరు చేయవచ్చు. జోడల నుండి రక్షణ పూతను జాగ్రత్తగా తీసివేసి, సురక్షితమైన కనెక్షన్ని నిర్ధారించడానికి రాగి తీగను గ్యాప్ అంతటా టంకము వేయండి. వాహక సిరాను ఉపయోగిస్తుంటే, దానిని దెబ్బతిన్న ట్రేస్కు జాగ్రత్తగా వర్తించండి మరియు తయారీదారు సూచనల ప్రకారం ఆరనివ్వండి.

8. కాంపోనెంట్ రీప్లేస్‌మెంట్: ఇంటిగ్రేటెడ్ సర్క్యూట్ (IC) వంటి షార్టెడ్ కాంపోనెంట్ కోలుకోలేనిది లేదా సులభంగా భర్తీ చేయలేకపోతే, మీరు దాన్ని కొత్త కాంపోనెంట్‌తో భర్తీ చేయాల్సి రావచ్చు. రీప్లేస్‌మెంట్ కాంపోనెంట్ ఒరిజినల్ కాంపోనెంట్ యొక్క స్పెసిఫికేషన్లు మరియు ట్యాక్ కాన్ఫిగరేషన్‌తో సరిపోలుతుందని నిర్ధారించుకోండి.

9. రిపేర్ మరియు టెస్ట్: షార్ట్ సర్క్యూట్ రిపేర్ చేయబడింది, 5V SMPSని మళ్లీ కనెక్ట్ చేయండి, పవర్ సోర్స్‌కి మళ్లీ కనెక్ట్ చేయండి మరియు దాని ఆపరేషన్‌ను పరీక్షించండి. అవుట్‌పుట్ వోల్టేజ్‌ను కొలవండి, అసాధారణ తాపన కోసం తనిఖీ చేయండి మరియు సమస్యలు లేదా షార్ట్ సర్క్యూట్ మేకల సంకేతాల కోసం SMPS యొక్క ఆపరేషన్‌ను పర్యవేక్షించండి.

మరమ్మతు ప్రక్రియలో, యాంటిస్టాటిక్ రిస్ట్ బ్యాండ్‌లను ధరించడం, బాగా వెంటిలేషన్ చేయబడిన ప్రదేశంలో పని చేయడం మరియు విద్యుత్ భద్రతా మార్గదర్శకాలను అనుసరించడం వంటి తగిన భద్రతా జాగ్రత్తలు తీసుకోవాలని గుర్తుంచుకోండి.

5V SMSలో షార్ట్ సర్క్యూట్లను గుర్తించడంలో లేదా రిపేర్ చేయడంలో మీకు సమస్యలు ఉన్నట్లయితే లేదా మీకు ఎలక్ట్రానిక్స్‌తో పనిచేసిన అనుభవం లేకుంటే, అర్హత కలిగిన సాంకేతిక నిపుణుడు లేదా అధీకృత సేవా కేంద్రాన్ని సంప్రదించడం ఉత్తమం.

4.4 5V SMPS మరమ్మతు దెబ్బతిన్న భాగాల భర్తీ

5V SMS మరమ్మతు ప్రక్రియలో, భర్తీ చేయవలసిన దెబ్బతిన్న భాగాలను కనుగొనడం సాధారణం. షార్ట్ సర్క్యూట్, వేడెక్కడం లేదా సాధారణ దుస్తులు మరియు కన్నీటి కారణంగా, SMPS యొక్క ఆపరేషన్ మరియు విశ్వసనీయతను పునరుద్ధరించడానికి తప్పు భాగాలను మార్చడం చాలా కీలకం. ఈ విభాగంలో, మేము 5V SMPSలో దెబ్బతిన్న భాగాలను భర్తీ చేసే దశలను చర్చిస్తాము.

1. లోపభూయిష్ట భాగాలను గుర్తించండి: ఏదైనా భాగాలను భర్తీ చేయడానికి ముందు, సమస్యకు కారణమయ్యే నిర్దిష్ట భాగాన్ని గుర్తించండి. ఇది దృశ్య తనిఖీ, భాగాల పరీక్ష లేదా సర్క్యూట్ విశ్లేషణ ద్వారా చేయవచ్చు. మల్టీమీటర్ పరీక్షల్లో భౌతిక నష్టం, బర్న్ మార్కులు లేదా అసాధారణ రీడింగల సంకేతాల కోసం చూడండి.

2. రీప్లేస్‌మెంట్ కాంపోనెంట్‌లను సేకరించండి: తప్పుగా ఉన్న భాగాన్ని గుర్తించిన తర్వాత, అదే స్పెసిఫికేషన్‌లతో రీప్లేస్‌మెంట్ కాంపోనెంట్‌లను సేకరించండి. ఇందులో ఖచ్చితమైన భాగం సంఖ్య, ప్యాకేజీ రకం, వోల్టేజ్ మరియు ప్రస్తుత రేటింగ్‌లు మరియు ఇతర సంబంధిత లక్షణాలు ఉంటాయి. రీప్లేస్‌మెంట్ కాంపోనెంట్ 5V SMPS సర్క్యూట్‌కు అనుకూలంగా ఉందని నిర్ధారించుకోండి.

3. పవర్ ఆఫ్ మరియు డిశ్చార్జ్ కెపాసిటర్లు: రీప్లేస్‌మెంట్ ప్రాసెస్‌ను ప్రారంభించే ముందు, పవర్ సోర్స్ నుండి 5V SMPSని డిస్‌కనెక్ట్ చేయండి మరియు కెపాసిటర్లు నిల్వ చేయటడిన శక్తిని విడుదల చేయనివ్వండి. ఇది మీ భద్రతకు మరియు భాగాలకు ఏదైనా ప్రమాదవశాత్తూ నష్టం జరగకుండా నిరోధించడానికి ముఖ్యం.

4. లోపభూయిష్ట భాగాలను తొలగించండి: తగిన డీసోల్డరింగ్ పద్ధతులను ఉపయోగించి సర్క్యూట్ బోర్డ్ నుండి తప్పు భాగాలను తొలగించండి. టంకం సాధనం లేదా టంకం ఇనుముతో కాంపోనెంట్‌ను సున్నితంగా పైకి లేపేటప్పుడు టంకము కీళ్లకు వేడిని వర్తింపజేయడం ఇందులో సాధారణంగా ఉంటుంది. సర్క్యూట్ బోర్డ్ లేదా సమీపంలోని భాగాలు దెబ్బతినకుండా జాగ్రత్త వహించండి.

5. టంకము ప్యాడ్‌లను శుభ్రం చేయండి: తప్పుగా ఉన్న భాగాలను తీసివేసిన తర్వాత, టంకము విక్ లేదా డీసోల్డరింగ్ పంపును ఉపయోగించి సర్క్యూట్ బోర్డ్‌లోని టంకము ప్యాడ్‌లను శుభ్రం చేయండి. ప్యాడ్‌లు అదనపు టంకము లేదా శిథిలాలు లేకుండా ఉన్నాయని నిర్ధారించుకోండి, ఇది రీప్లేస్‌మెంట్ కాంపోనెంట్‌ల సరైన టంకంను అనుమతిస్తుంది.

6. రీప్లేస్‌మెంట్ కాంపోనెంట్‌లను సిద్ధం చేయండి: అవసరమైతే, రీప్లేస్‌మెంట్ కాంపోనెంట్ ట్రాకలను తగిన పొడవుకు ట్రిమ్ చేయండి. వర్తిస్తే, కాంపోనెంట్ యొక్క ధ్రువణత ప్రకారం లీడ్‌లు సరిగ్గా ఓరియంటెడ్‌గా ఉన్నాయని

నిర్ధారించుకోండి. టంకం చేసేటప్పుడు భాగాలను పట్టుకోవడానికి లైట్లను కొద్దిగా వంచండి.

7. రీప్లేస్మెంట్ కాంపోనెంట్లను సోల్డర్ చేయండి: ఇతర భాగాలను టంకము ప్యాడ్లపై ఉంచండి, సర్క్యూట్ బోర్డ్లోని ప్యాడ్లతో లీడ్లను సమలేఖనం చేయండి. ఒక మంచి టంకము జాయింట్ను సృష్టించడానికి టంకము వైర్ను ఏకకాలంలో తాకినప్పుడు టంకము ప్యాడ్లకు వేడిని వర్తించండి. భాగం లేదా సర్క్యూట్ బోర్డ్ వేడెక్కకుండా జాగ్రత్త వహించండి.

8. అదనపు లీడ్లను ట్రిమ్ చేయండి మరియు తనిఖీ చేయండి: రీప్లేస్మెంట్ కాంపోనెంట్లను టంకం చేసిన తర్వాత, అదనపు సీసం పొడవులను కత్తిరించండి. టంకము కీళ్ళు సరిగ్గా ఏర్పడినట్లు, మెరిసేలా మరియు టంకము వంతెనలు లేదా చల్లని కీళ్ళు లేకుండా ఉండేలా చూసుకోండి. దగ్గరి పరిశీలన కోసం అవసరమైతే భూతద్దాన్ని ఉపయోగించండి.

9. మరమ్మతు చేయబడిన 5V SMPSని పరీక్షించండి: 5V SMPSని పవర్ సోర్స్కి మళ్లీ కనెక్ట్ చేయండి మరియు క్షుణ్ణంగా పరీక్షించండి. అవుట్పుట్ వోల్టేజ్ స్థిరంగా ఉందని మరియు కావలసిన పరిధిలో ఉందని నిర్ధారించుకోండి. ఏదైనా అసాధారణ ప్రవర్తన లేదా తదుపరి సమస్యల సంకేతాల కోసం SMPS యొక్క ఆపరేషన్ను పర్యవేక్షించండి.

10. పూర్తి మరమ్మతు: మరమ్మతు చేయబడిన 5V SMPS సరిగ్గా పనిచేస్తుంటే మరియు కావలసిన

అవుట్‌పుట్ వోల్టేజ్‌ను అందిస్తే, విడదీసిన భాగాలు లేదా కవర్‌లను మళ్లీ కనెక్ట్ చేయండి. ప్రతిదీ సురక్షితంగా ఉందని నిర్ధారించుకోవడానికి అన్ని కనెక్షన్‌లను ఒకటికి రెండుసార్లు తనిఖీ చేయండి.

5V SMPSలో దెబ్బతిన్న భాగాలను భర్తీ చేయడానికి ఖచ్చితత్వం మరియు వివరాలకు శ్రద్ధ అవసరం. మీకు టంకం గురించి తెలియకుంటే లేదా ఎలక్ట్రానిక్స్‌తో పనిచేసిన అనుభవం లేకుంటే, అర్హత కలిగిన సాంకేతిక నిపుణుడు లేదా అధీకృత సేవా కేంద్రం నుండి సహాయం పొందాలని సిఫార్సు చేయబడింది.

4.5 5V SMPS మరమ్మతు తనిఖీలు

5V SMPS కోసం మరమ్మతు ప్రక్రియను పూర్తి చేసిన తర్వాత, SMPS సరిగ్గా పని చేస్తుందని మరియు కావలసిన అవుట్‌పుట్ వోల్టేజీని అందిస్తుందని నిర్ధారించుకోవడానికి మరమ్మతును ధృవీకరించడం అవసరం. ధృవీకరణ మరమ్మతు పనితీరును నిర్ధారించడంలో సహాయపడుతుంది మరియు మరమ్మతు చేయబడిన SMPS యొక్క విశ్వసనీయతపై విశ్వాసాన్ని అందిస్తుంది. ఈ విభాగంలో, మేము 5V SMPS యొక్క మరమ్మతును ధృవీకరించే దశలను చర్చిస్తాము.

1. పవర్ ఆఫ్ మరియు భద్రతా జాగ్రత్తలు: ఏదైనా ధృవీకరణ పరీక్షలను నిర్వహించే ముందు 5V SMS విద్యుత్ సరఫరా నుండి డిస్‌కనెక్ట్ చేయబడిందని నిర్ధారించుకోండి. రక్షిత చేతి తొడుగులు ధరించడం మరియు విద్యుత్ ఉత్సర్గను నివారించడానికి అవసరమైన భద్రతా జాగ్రత్తలు తీసుకోండి.

2. దృశ్య తనిఖీ: మరమ్మతు చేయబడిన SMPS యొక్క సమగ్ర దృశ్య తనిఖీని నిర్వహించండి. మరమ్మతు ప్రక్రియలో తప్పిపోయిన కనెక్షన్లు, టంకం సమస్యలు లేదా భౌతిక నష్టం కోసం తనిఖీ చేయండి. అన్ని భాగాలు సరిగ్గా కూర్చుని మరియు సురక్షితంగా ఉన్నాయని నిర్ధారించుకోండి.

3. అవుట్‌పుట్ వోల్టేజ్ కొలత: మరమ్మతు చేయబడిన 5V SMPS యొక్క అవుట్‌పుట్ వోల్టేజ్‌ను

కొలవడానికి మల్టీమీటర్ లేదా తగిన వోల్టేజ్ కొలిచే పరికరాన్ని ఉపయోగించండి. మల్టీమీటర్ యొక్క పాజిటివ్ ప్రోట్‌ను SMPS యొక్క పాజిటివ్ అవుట్‌పుట్ టెర్మినల్‌కు మరియు నెగటివ్ ప్రోట్‌ను నెగటివ్ అవుట్‌పుట్ టెర్మినల్‌కు కనెక్ట్ చేయండి. కొలవబడిన వోల్టేజ్ ఆమోదయోగ్యమైన టాలరెన్స్‌లతో కావలసిన 5V అవుట్‌పుట్‌కు దగ్గరగా ఉందని ధృవీకరించండి.

4. లోడ్ పరీక్ష: వాస్తవ ఆపరేటింగ్ పరిస్థితులను అనుకరించడానికి, 5V SMPS యొక్క అవుట్‌పుట్ టెర్మినల్‌లకు లోడ్‌ను కనెక్ట్ చేయండి. ఇది రెసిస్టివ్ లోడ్ లేదా 5V విద్యుత్ సరఫరా అవసరమయ్యే తగిన ఎలక్ట్రానిక్ పరికరం కావచ్చు. లోడ్ కింద వోల్టేజ్ స్థిరత్వాన్ని పర్యవేక్షించండి మరియు అది పేర్కొన్న పరిధిలో ఉందని నిర్ధారించుకోండి.

5. అలల మరియు నాయిస్ కొలత: మరమ్మతు చేయబడిన SMPS యొక్క అవుట్‌పుట్ వోల్టేజ్‌లో అలలు మరియు శబ్దం స్థాయిని కొలవడానికి ఓసిల్లోస్కోప్ లేదా డెడికేటెడ్ రిపుల్ మీటర్‌ని ఉపయోగించడం. SMPS తయారీదారు లేదా పరిశ్రమ ప్రమాణాల ద్వారా పేర్కొన్న ఆమోదయోగ్యమైన పరిమితులలో కొలవబడిన అలలు మరియు శబ్దం స్థాయిలు ఉన్నాయని ధృవీకరించండి.

6. ఉష్ణోగ్రత పర్యవేక్షణ: లోడ్ పరీక్ష సమయంలో, ట్రాన్స్‌ఫార్మర్, స్విచ్చింగ్ ట్రాన్సిస్టర్‌లు మరియు హీట్‌సింక్‌లు వంటి క్లిష్టమైన భాగాల ఉష్ణోగ్రతను

పర్యవేక్షించండి. ఏదైనా అసాధారణ ఉష్ణోగ్రత పెరుగుదలను గుర్తించడానికి థర్మల్ ఇమేజింగ్ కెమెరా లేదా నాన్-కాంటాక్ట్ ఇన్‌ఫ్రారెడ్ థర్మామీటర్‌ని ఉపయోగించండి. ఉష్ణోగ్రత సురక్షితమైన ఆపరేటింగ్ పరిమితుల్లో ఉందని మరియు అధిక ఉష్ణ ఉత్పత్తిని సూచించదని నిర్ధారించుకోండి.

7. ఫంక్షనల్ టెస్ట్: ఓవర్ కరెంట్, ఓవర్ వోల్టేజ్ మరియు థర్మల్ ప్రొటెక్షన్ వంటి ఏదైనా ప్రొటెక్షన్ సర్క్యూట్ యొక్క క్రియాత్మక పరీక్షను నిర్వహించండి. ఈ భద్రతా మెకానిజమ్స్ సరిగ్గా పనిచేస్తాయని మరియు అసాధారణ ఆపరేటింగ్ పరిస్థితుల్లో ఉద్దేశించిన విధంగా ట్రిగ్గర్ చేయబడిందని నిర్ధారించుకోండి.

8. కార్యాచరణ స్థిరత్వం: సాధారణ ఆపరేటింగ్ పరిస్థితుల్లో సహేతుకమైన కాలం వరకు మరమ్మతు చేయబడిన 5V SMPSని పర్యవేక్షించండి. అస్థిరత, వోల్టేజ్ హెచ్చుతగ్గులు లేదా అసాధారణ ప్రవర్తన యొక్క ఏవైనా సంకేతాల కోసం తనిఖీ చేయండి. SMPS స్థిరమైన మరియు విశ్వసనీయమైన 5V అవుట్‌పుట్‌ను అందించడాన్ని కొనసాగిస్తున్నట్లు నిర్ధారించుకోండి.

9. డాక్యుమెంటేషన్ మరియు రిపోర్టింగ్: గుర్తించిన సమస్యలు, రిపేర్ చేయడానికి తీసుకున్న చర్యలు, భాగాలు భర్తీ మరియు తనిఖీ ఫలితాలతో సహ మరమ్మతు ప్రక్రియ యొక్క సరైన డాక్యుమెంటేషన్‌ను నిర్వహించండి. ఈ పత్రం భవిష్యత్ సూచన కోసం లేదా మరమ్మతు

చేయబడిన SMPS కోసం అదనపు నిర్వహణ లేదా తప్పును కనుగొనడం అవసరమైతే ఉపయోగకరంగా ఉంటుంది.

ఈ ధృవీకరణ దశలను అనుసరించడం ద్వారా, 5V SMPS యొక్క మరమ్మతు విజయవంతమైందని మీరు నమ్మకంగా నిర్ధారించుకోవచ్చు. ధృవీకరణ ప్రక్రియలో ఏవైనా సమస్యలు లేదా అసాధారణతలు కనుగొనబడితే, మరమ్మతు దశలను తనిఖీ చేయండి మరియు సంబంధిత సాంకేతిక వనరులను చూడండి లేదా అర్హత కలిగిన సాంకేతిక నిపుణుడు లేదా అధీకృత సేవా కేంద్రం నుండి సహాయం పొందండి.

చాప్టర్ 5: పిక్సెల్ LED సిస్టమ్ రిపేర్

5.1 పిక్సెల్ LED సిస్టమ్‌లకు పరిచయం

పిక్సెల్ LED సిస్టమ్స్, పిక్సెల్ మ్యాపింగ్ లేదా పిక్సెల్ కంట్రోల్ సిస్టమ్స్ అని కూడా పిలుస్తారు, ఇవి మ్యూజికల్ మ్యాట్రిక్స్ లేదా గ్రిడ్ ఫార్మేషన్‌లో అమర్చబడిన వ్యక్తిగత LED పిక్సెల్‌లతో కూడిన లైటింగ్ సిస్టమ్‌లు. ఈ వ్యవస్థలు బహుముఖ మరియు డైనమిక్ లైటింగ్ ప్రభావాలను అందిస్తాయి, ఇవి సంక్లిష్టమైన ఆకారాలు, యానిమేషన్‌లు మరియు రంగు ప్రదర్శనలను రూపొందించడానికి అనుమతిస్తాయి. ఈ అధ్యాయంలో, మేము పిక్సెల్ LED సిస్టమ్‌ల ప్రాథమిక అంశాలు, వాటి భాగాలు మరియు సంభవించే సాధారణ సమస్యలను ఎలా పరిష్కరించాలో విశ్లేషిస్తాము.

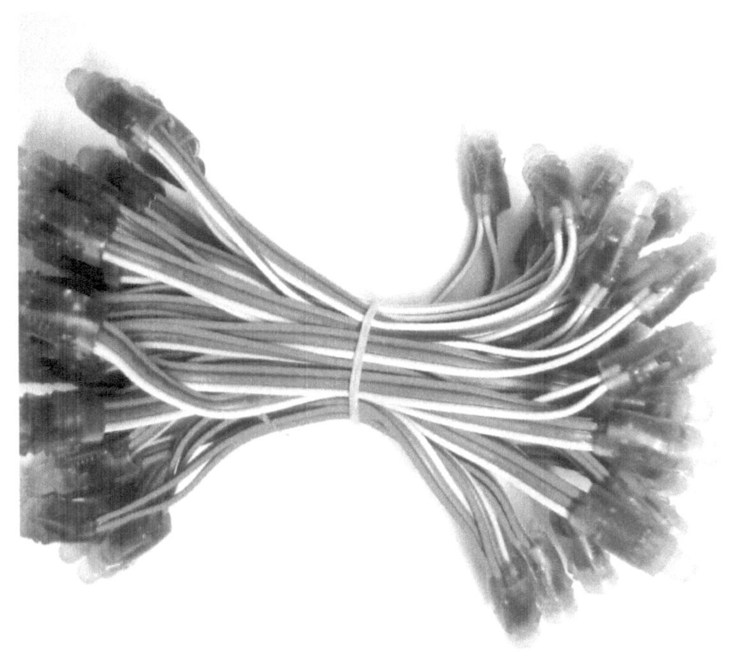

1. పిక్సెల్ LED సిస్టమ్‌లను అర్థం చేసుకోవడం: పిక్సెల్ LED సిస్టమ్‌లు అడ్రస్ చేయగల LEDలను ఉపయోగిస్తాయి, ఇక్కడ ప్రతి LED పిక్సెల్‌ని ఒక్కొక్కటిగా నియంత్రించవచ్చు. ఈ స్థాయి నియంత్రణ ఆకర్షణీయమైన విజువల్ ఎఫెక్ట్స్ మరియు యానిమేషన్‌లను రూపొందించడంలో సహాయపడుతుంది. పిక్సెల్ LED వ్యవస్థలు సాధారణంగా స్టేజ్ లైటింగ్, ఆర్కిటెక్చరల్ లైటింగ్, డిస్‌ప్లేలు మరియు డైనమిక్ లైటింగ్

అవసరమయ్యే వివిధ రకాల అప్లికేషన్‌లలో ఉపయోగించబడతాయి.

2. పిక్సెల్ LED సిస్టమ్స్ యొక్క భాగాలు: ఒక సాధారణ పిక్సెల్ LED సిస్టమ్ కింది భాగాలను కలిగి ఉంటుంది:

ఎ. LED పిక్సెల్‌లు: మ్యూజికల్ మ్యాట్రిక్స్ లేదా గ్రిడ్ నమూనాలో అమర్చబడిన వ్యక్తిగత LEDలు. ప్రతి పిక్సెల్ సాధారణంగా టహుళ RGB (ఎరుపు, ఆకుపచ్చ, నీలం) LEDలు లేదా RGBW (ఎరుపు, ఆకుపచ్చ, నీలం, తెలుపు) LEDలను కలిగి ఉంటుంది, ఇది విస్తృత శ్రేణి రంగు కలయిక అవకాశాలను అనుమతిస్తుంది.

బి. LED కంట్రోలర్‌లు: LED పిక్సెల్‌లకు నియంత్రణ సంకేతాలను పంపడానికి LED కంట్రోలర్‌లు బాధ్యత వహిస్తాయి. వారు DMX లేదా Art-Net వంటి ఇన్‌పుట్ డేటాను స్వీకరిస్తారు మరియు ప్రతి పిక్సెల్‌ను రంగు, తీవ్రత మరియు ప్రవర్తనను నిర్ణయించే ఆదేశాలలోకి అనువదిస్తారు.

సి. విద్యుత్ సరఫరా: పిక్సెల్ LED సిస్టమ్‌లకు అవసరమైన వోల్టేజ్ మరియు కరెంట్‌ని అందించడానికి ప్రత్యేక విద్యుత్ సరఫరా అవసరం. విద్యుత్ సరఫరా వ్యవస్థ యొక్క మొత్తం విద్యుత్ వినియోగాన్ని నిర్వహించగల సామర్థ్యాన్ని కలిగి ఉండాలి.

ఇ. కంట్రోల్ సాఫ్ట్‌వేర్/ఇంటర్‌ఫేస్: పిక్సెల్ LED సిస్టమ్‌ను ప్రోగ్రామ్‌పరంగా నియంత్రించడానికి ప్రత్యేక సాఫ్ట్‌వేర్ లేదా ఇంటర్‌ఫేస్‌లు ఉపయోగించబడతాయి. ఈ సాధనాలు

వినియోగదారులను లైటింగ్ ప్రభావాలు, దృశ్యాలు మరియు యానిమేషన్లను సృష్టించడానికి మరియు అనుకూలీకరించడానికి అనుమతిస్తాయి.

3. పిక్సెల్ LED సిస్టమ్స్‌తో సాధారణ సమస్యలు: ఏదైనా సంక్లిష్టమైన లైటింగ్ సిస్టమ్ మాదిరిగానే, పిక్సెల్ LED సిస్టమ్‌లు కాలక్రమేణా వివిధ సమస్యలను ఎదుర్కొంటాయి. కొన్ని సాధారణ సమస్యలు ఉన్నాయి:

ఎ. తప్పు పిక్సెల్‌లు: వ్యక్తిగత LED పిక్సెల్‌లు విఫలమవుతాయి, దీని ఫలితంగా మినుకుమినుకుమనే రంగులు, సరికాని రంగులు లేదా ఆపరేషన్ పూర్తిగా లేకపోవడం. ఇది దెబ్బతిన్న LEDలు, తప్పు కనెక్షన్‌లు లేదా LED డ్రైవర్ సర్క్యూట్‌తో సమస్యల వల్ల కావచ్చు.

బి. డేటా కమ్యూనికేషన్ సమస్యలు: LED కంట్రోలర్ మరియు LED పిక్సెల్‌ల మధ్య డేటా కమ్యూనికేషన్‌లో సమస్యలు తప్పు రంగు అవుట్‌పుట్, అస్థిరమైన ప్రకాశం లేదా సమకాలీకరణ సమస్యలకు దారి తీయవచ్చు.

సి. పవర్-సంబంధిత సమస్యలు: సరిపోని విద్యుత్ సరఫరా సామర్థ్యం, సరిపోని విద్యుత్ సరఫరా లేదా వోల్టేజ్ హెచ్చుతగ్గులు LED పిక్సెల్‌ల యొక్క సరికాని ఆపరేషన్‌కు కారణమవుతాయి, ఉదాహరణకు మసకబారడం, రంగు మార్పులు లేదా అడపాదడపా ఆపరేషన్.

ఇ. వైరింగ్ మరియు కనెక్షన్ సమస్యలు: వదులుగా ఉన్న కనెక్షన్‌లు, దెబ్బతిన్న కేబుల్‌లు లేదా

సరికాని వైరింగ్ సిగ్నల్ నష్టం, అస్థిర ప్రవర్తన లేదా ప్రతిస్పందించని పిక్సెల్‌లకు దారితీయవచ్చు.

4. ట్రబుల్షూటింగ్ మరియు ట్రబుల్షూటింగ్ పిక్సెల్ LED సిస్టమ్స్: పిక్సెల్ LED సిస్టమ్స్ ట్రబుల్షూటింగ్ మరియు ట్రబుల్షూటింగ్ చేసేటప్పుడు, ఈ సాధారణ మార్గదర్శకాలను అనుసరించడం చాలా ముఖ్యం:

ఎ. విజువల్ ఇన్‌స్పెక్షన్: మొత్తం సిస్టమ్ యొక్క దృశ్య తనిఖీ, ఏదైనా కనిపించే నష్టం, వదులుగా ఉన్న కనెక్షన్‌ల సంకేతాలు లేదా పనిచేయని భాగాల కోసం తనిఖీ చేయడం.

బి. వ్యక్తిగత పిక్సెల్‌లను పరీక్షించడం: మల్టీమీటర్ లేదా పిక్సెల్ టెస్టర్‌ని ఉపయోగించి వ్యక్తిగత LED పిక్సెల్‌లను పరీక్షించండి. ఏదైనా లోపభూయిష్ట పిక్సెల్‌లను అవసరమైన విధంగా కనుగొని భర్తీ చేయండి.

సి. డేటా మరియు పవర్ పరీక్షలు: డేటా సిగ్నల్ మరియు విద్యుత్ సరఫరా యొక్క సమగ్రతను తనిఖీ చేయండి. LED కంట్రోలర్ యొక్క అవుట్‌పుట్ సిగ్నల్‌లను పరీక్షించండి మరియు సిస్టమ్‌లోని వివిధ పాయింట్ల వద్ద వోల్టేజ్ మరియు కరెంట్‌ను కొలవండి.

ఇ. కనెక్షన్ తనిఖీలు: అన్ని కనెక్షన్‌లు సురక్షితంగా మరియు సరిగ్గా సమలేఖనం చేయబడి ఉన్నాయని నిర్ధారించుకోవడానికి వాటిని తనిఖీ చేసి, రీసెట్ చేయండి. దెబ్బతిన్న కేటుల్స్ లేదా కనెక్షన్‌లను రిపేర్ చేయండి లేదా భర్తీ చేయండి.

ఇ. హార్డ్‌వేర్ మరియు సాఫ్ట్‌వేర్ అప్‌డేట్‌లు: LED

కంట్రోలర్ కోసం ఫర్మ్‌వేర్ లేదా సాఫ్ట్‌వేర్ అప్‌డేట్ల కోసం తనిఖీ చేసి, వాటిని వర్తింపజేయండి. సాఫ్ట్‌వేర్ సమస్యలు కొన్ని సార్లు ఊహించని ప్రవర్తన లేదా సిస్టమ్ క్రాష్‌లకు కారణం కావచ్చు.

f. డాక్యుమెంటేషన్ మరియు రికార్డ్ కీపింగ్:

ట్రబుల్షూటింగ్ ప్రక్రియ యొక్క వివరణాత్మక డాక్యుమెంటేషన్ నిర్వహించండి.

5.2 పిక్సెల్ సమస్యలను పరిష్కరించడం

పిక్సెల్ LED సిస్టమ్‌లు వ్యక్తిగత పిక్సెల్‌లు లేదా పిక్సెల్‌ల సమూహాల సరైన ఆపరేషన్‌ను ప్రభావితం చేసే అనేక రకాల సమస్యలను ఎదుర్కొంటాయి. ఈ సమస్యలను పరిష్కరించడానికి అంతర్లీన సమస్యలను గుర్తించడానికి మరియు పరిష్కరించడానికి ఒక క్రమబద్ధమైన విధానం అవసరం. ఈ విభాగంలో, పిక్సెల్ LED సిస్టమ్‌లో పిక్సెల్ సమస్యలను పరిష్కరించడంలో ఉన్న దశలను మేము చర్చిస్తాము.

1. లక్షణాలను గమనించండి: పిక్సెల్ LED సిస్టమ్ ద్వారా ప్రదర్శించబడే లక్షణాలను గమనించడం ద్వారా ప్రారంభించండి. ఫ్లికరింగ్, తప్పుడు రంగులు లేదా కార్యాచరణ పూర్తిగా లేకపోవడం వంటి డెడ్ పిక్సెల్‌ల నమూనాల కోసం చూడండి. ప్రభావితమైన సిస్టమ్‌లోని నిర్దిష్ట ప్రాంతాలు లేదా విభాగాలను పరిగణించండి.

2. విద్యుత్ సరఫరాలను తనిఖీ చేయండి: పిక్సెల్ LED సిస్టమ్ కోసం విద్యుత్ సరఫరా స్థిరంగా ఉందని మరియు సరైన వోల్టేజ్ మరియు కరెంట్‌ని అందిస్తోందో లేదో తనిఖీ చేయండి. సిస్టమ్‌లోని వివిధ పాయింట్ల వద్ద వోల్టేజ్‌ని కొలవండి, అది పేర్కొన్న పరిధిలో ఉందని నిర్ధారించండి. తగినంత శక్తి పిక్సెల్‌ల అస్పష్టమైన లేదా అస్థిరమైన ప్రవర్తనకు దారి తీస్తుంది.

3. డేటా కనెక్షన్లను తనిఖీ చేయండి: LED కంట్రోలర్ మరియు పిక్సెల్‌ల మధ్య డేటా కనెక్షన్లను తనిఖీ చేయండి. కేబుల్స్ మరియు కనెక్టర్లు సరిగ్గా కూర్చున్నాయని మరియు సురక్షితంగా ఉన్నాయని నిర్ధారించుకోండి. ఏదైనా నష్టం లేదా వదులుగా ఉన్న కనెక్షన్ల కోసం తనిఖీ చేయండి. డేటా సిగ్నల్ యొక్క సమగ్రతను నిర్ధారించడానికి కేబుల్ టెస్టర్ లేదా కంటిన్యూటి టెస్టర్‌ని ఉపయోగించండి.

4. వ్యక్తిగత పిక్సెల్‌లను పరీక్షించండి: ఏదైనా తప్పు యూనిట్‌లను గుర్తించడానికి వ్యక్తిగత పిక్సెల్‌లను పరీక్షించండి. ఇది మల్టీమీటర్ లేదా పిక్సెల్ టెస్టర్ ఉపయోగించి చేయవచ్చు. కొనసాగింపు, సరైన వోల్టేజ్ రీడింగ్‌లు మరియు రంగు అవుట్‌పుట్ కోసం తనిఖీ చేయండి. ఏదైనా లోపభూయిష్ట పిక్సెల్‌లను అదే స్పెసిఫికేషనలతో కొత్త వాటితో భర్తీ చేయండి.

5. సిగ్నల్ సమస్యలను పరిష్కరించండి: పిక్సెల్ LED సిస్టమ్‌లోని నిర్దిష్ట ప్రాంతాలు లేదా విభాగాలు సమస్యలను ప్రదర్శిస్తుంటే, ఆ ప్రాంతాల్లోని డేటా సిగ్నల్‌ను సరిచేయడంపై దృష్టి పెట్టండి. LED కంట్రోలర్ నుండి సరైన సిగ్నల్ ట్రాన్స్మిషన్ కోసం తనిఖీ చేయండి మరియు డేటా ప్రభావిత పిక్సెల్‌లకు చేరుతోందో లేదో తనిఖీ చేయండి.

6. కంట్రోలర్ కాన్ఫిగరేషన్‌ను తనిఖీ చేయండి: LED కంట్రోలర్ యొక్క కాన్ఫిగరేషన్ సెట్టింగ్‌లను సమీక్షించండి. పిక్సెల్ LED సిస్టమ్ కోసం సరైన ప్రోటోకాల్, చిరునామా మరియు రంగు సెట్టింగ్‌లు

కాన్ఫిగర్ చేయటడిందని నిర్ధారించుకోండి. సరికాని కాన్ఫిగరేషన్లు అస్థిర ప్రవర్తన లేదా తప్పు రంగు అవుట్‌పుట్‌కు దారితీయవచ్చు.

7. గ్రౌండింగ్ మరియు EMI జోక్యాన్ని తనిఖీ చేయండి: పేలవమైన గ్రౌండింగ్ లేదా విద్యుదయస్కాంత జోక్యం (EMI) పిక్సెల్ LED సిస్టమ్ పనితీరును ప్రభావితం చేయవచ్చు. సిస్టమ్ సౌండ్‌గా ఉందని మరియు సమీపంలోని EMI మూలాలు లేవని తనిఖీ చేయండి. జోక్యాన్ని తగ్గించడానికి షీల్డ్ కేటుల్స్ లేదా ఫెర్రైట్ పూసలను ఉపయోగించడాన్ని పరిగణించండి.

8. హార్డ్‌వేర్ మరియు సాఫ్ట్‌వేర్‌లను నవీకరించండి: LED కంట్రోలర్ కోసం ఫర్మ్‌వేర్ లేదా సాఫ్ట్‌వేర్ అప్‌డేట్‌ల కోసం తనిఖీ చేయండి. తాజా వెర్షన్‌కి అప్‌గ్రేడ్ చేయడం వల్ల సాఫ్ట్‌వేర్ సంబంధిత సమస్యలను పరిష్కరించవచ్చు మరియు సిస్టమ్ పనితీరును మెరుగుపరచవచ్చు. ఫర్మ్‌వేర్ లేదా సాఫ్ట్‌వేర్‌ను అప్‌డేట్ చేయడానికి తయారీదారు సూచనలను అనుసరించండి.

9. డాక్యుమెంట్ అన్వేషణలు: గమనించిన లక్షణాలు, నిర్వహించిన పరీక్షలు మరియు అమలు చేయటడిన పరిష్కారాలతో సహ ట్రబుల్షూటింగ్ ప్రక్రియ యొక్క వివరణాత్మక డాక్యుమెంటేషన్‌ను నిర్వహించండి. భవిష్యత్ సూచన మరియు ట్రబుల్షూటింగ్ ప్రయోజనాల కోసం ఈ పత్రాలు విలువైనవిగా ఉంటాయి.

ట్రబుల్షూటింగ్ విధానం పిక్సెల్ సమస్యలను పరిష్కరించకపోతే, తయారీదారు యొక్క సాంకేతిక మద్దతును సంప్రదించండి లేదా పిక్సెల్ LED సిస్టమ్‌లలో ప్రత్యేకత కలిగిన అనుభవజ్ఞుడైన సాంకేతిక నిపుణుడు లేదా సేవా కేంద్రం నుండి సహాయం పొందండి.

5.3 డెడ్ పిక్సెల్‌లను నిర్వహించడం

డెడ్ పిక్సెల్‌లు పిక్సెల్ LED సిస్టమ్‌లోని వ్యక్తిగత పిక్సెల్‌లు, ఇవి ఏ రంగును వెలిగించడంలో లేదా ప్రదర్శించడంలో విఫలమవుతాయి. అవి పిక్సెల్ LED సిస్టమ్‌లతో ఒక సాధారణ సమస్య కావచ్చు మరియు డిస్ప్లే యొక్క మొత్తం విజువల్ ఇమేజ్‌ని దూరం చేస్తాయి. ఈ విభాగంలో, పిక్సెల్ LED సిస్టమ్‌లో కపుల్డ్ పిక్సెల్‌లను ఎలా గుర్తించాలో మరియు పరిష్కరించాలో మేము చర్చిస్తాము.

1. డెడ్ పిక్సెల్‌ల గుర్తింపు: డెడ్ పిక్సెల్‌లు కంప్యూటర్ ఆన్‌లో ఉన్నప్పుడు ఈ రంగును వెలిగించగల లేదా వెలిగించని వ్యక్తిగత పిక్సెల్‌లను గుర్తించగలవు. అవి లేకపోతే పని చేసే డిస్ప్లే మధ్యలో నలుపు లేదా ప్రతిస్పందించని పిక్సెల్‌లుగా కనిపించవచ్చు.

2. పిక్సెల్ మ్యాపింగ్ మరియు డాక్యుమెంటేషన్: డెడ్ పిక్సెల్‌లను పరిష్కరించడానికి ప్రయత్నించే ముందు, ఖచ్చితమైన పిక్సెల్ మ్యాప్ లేదా కంప్యూటర్ లేఅవుట్ డాక్యుమెంటేషన్ కలిగి ఉండటం ముఖ్యం. ఈ సమాచారం చనిపోయిన పిక్సెల్‌లను గుర్తించడంలో మరియు వాటిని భర్తీ చేయడంలో లేదా పరిష్కరించడంలో మీకు సహాయపడుతుంది.

3. పరీక్ష మరియు ధృవీకరణ: అనుమానిత డెడ్ పిక్సెల్‌లు వాస్తవానికి పని చేయడం లేదని నిర్ధారించడానికి పిక్చర్ టెస్టర్ లేదా మల్టీమీటర్‌ని ఉపయోగించడం. పిక్సెల్‌ల పరిస్థితిని

ధృవీకరించడానికి వోల్టేజ్, కొనసాగింపు మరియు రంగు అవుట్‌పుట్ కోసం వాటిని పరీక్షించండి.

4. డెడ్ పిక్సెల్‌లను భర్తీ చేయడం: డెడ్ పిక్సెల్‌లను తరచుగా అదే స్పెసిఫికేషన్‌ల కొత్త వర్కింగ్ పిక్సెల్‌లతో భర్తీ చేయవచ్చు. చనిపోయిన పిక్సెల్‌లను భర్తీ చేయడానికి, ఈ దశలను అనుసరించండి:

ఎ. పవర్‌ను డిస్‌కనెక్ట్ చేయండి: మరమ్మత్తు చేయడానికి ప్రయత్నించే ముందు పిక్సెల్ LED సిస్టమ్ శక్తివంతంగా ఉందని మరియు పవర్ సోర్స్ నుండి డిస్‌కనెక్ట్ చేయబడిందని నిర్ధారించుకోండి.

బి. చుట్టుపక్కల పిక్సెల్‌లను తీసివేయండి: డెడ్ పిక్సెల్ చుట్టూ ఇతర పిక్సెల్‌లు ఉన్నప్పటికీ, డెడ్ పిక్సెల్‌ను యాక్సెస్ చేయడానికి చుట్టుపక్కల ఉన్న పిక్సెల్‌లను జాగ్రత్తగా తొలగించండి. ప్రక్కనే ఉన్న పిక్సెల్‌లు లేదా చుట్టుపక్కల సర్క్యూట్రీని దెబ్బతీయకుండా ఉండటానికి తగిన సాధనాలు మరియు సాంకేతికతలను ఉపయోగించండి.

సి. డి సోల్డర్ డెడ్ పిక్సెల్: సర్క్యూట్ బోర్డ్ నుండి డెడ్ పిక్సెల్‌ను తొలగించడానికి టంకం ఇనుము మరియు డీసోల్డరింగ్ సాధనాలను ఉపయోగించండి. డీసోల్డరింగ్ ప్రక్రియలో సర్క్యూట్ బోర్డ్ లేదా సమీపంలోని భాగాలు వేడెక్కకుండా జాగ్రత్త వహించండి.

ఇ. కొత్త పిక్సెల్‌ని ఇన్‌స్టాల్ చేయండి: డెడ్ పిక్సెల్‌ని అదే రకం మరియు స్పెసిఫికేషన్‌ల కొత్త వర్కింగ్ పిక్సెల్‌తో భర్తీ చేయండి. కొత్త పిక్సెల్ యొక్క సరైన అమరిక మరియు విన్యాసాన్ని నిర్ధారించుకోండి.

ఉత్తమ టంకం పద్ధతులను అనుసరించి, కనెక్షన్లను జాగ్రత్తగా టంకం చేయండి.

ఇ. టెస్టింగ్ మరియు వెరిఫికేషన్: డెడ్ పిక్సెల్ని రీప్లేస్ చేసిన తర్వాత, పిక్సెల్ని LED సిస్టమ్‌కి మళ్లీ కనెక్ట్ చేయండి మరియు రిపేర్ చేయబడిన పిక్సెల్ని పరీక్షించండి. కొత్త చిత్రం సరిగ్గా పని చేస్తుందని మరియు కావలసిన రంగులను ప్రదర్శిస్తుందని నిర్ధారించుకోండి.

f. చుట్టుపక్కల పిక్సెల్లను భర్తీ చేయండి: అవసరమైతే, సరైన అమరిక మరియు టంకం కనెక్షన్లను నిర్ధారిస్తూ గతంలో తీసివేయబడిన పరిసర పిక్సెల్లను మళ్లీ జత చేయండి.

5. డాక్యుమెంటేషన్ మరియు నాణ్యత హామీ: రీప్లేస్‌మెంట్ పిక్సెల్ లొకేషన్, స్పెసిఫికేషనలు మరియు ఇతర సంబంధిత వివరాలతో సహా డెడ్ పిక్సెల్ రీప్లేస్‌మెంట్ ప్రాసెస్ యొక్క డాక్యుమెంటేషన్‌ను నిర్వహించండి. ఈ పత్రం భవిష్యత్ నిర్వహణ మరియు టగ్ పరిష్కారాలకు సహాయం చేస్తుంది.

చనిపోయిన పిక్సెల్లను భర్తీ చేయడానికి టంకం నైపుణ్యాలు మరియు పిక్సెల్ LED సిస్టమ్ సర్క్యూట్రీ పరిజ్ఞానం అవసరమని గమనించాలి. మరమ్మతులు చేయడంలో మీకు సందేహం లేదా అసౌకర్యం ఉంటే, అర్హత కలిగిన టెక్నీషియన్ లేదా పిక్సెల్ LED సిస్టమ్‌లలో ప్రత్యేకత కలిగిన అధీకృత సర్వీస్ సెంటర్‌ను సంప్రదించడం ఉత్తమం.

5.4 పవర్ ఇంజెక్షన్ మరియు డేటా సిగ్నల్ కరెక్షన్

పిక్సెల్ LED సిస్టమ్‌లు పవర్ డెలివరీ మరియు డేటా సిగ్నల్ సమగ్రతతో సమస్యలను ఎదుర్కొంటాయి, ఇది అస్థిరమైన రంగు అవుట్‌పుట్, ప్రకాశం వైవిధ్యాలు లేదా నాన్-ఫంక్షనల్ పిక్సెల్‌లకు దారి తీస్తుంది. పవర్ ఇంజెక్షన్ మరియు డేటా సిగ్నల్ కరెక్షన్ పద్ధతులు ఈ సమస్యలను పరిష్కరించడంలో మరియు పిక్సెల్ LED సిస్టమ్ యొక్క సరైన పనితీరును నిర్ధారించడంలో సహాయపడతాయి. ఈ విభాగంలో, పిక్సెల్ LED వ్యవస్థమరమ్మత్తు పవర్ ఇంజెక్షన్ మరియు డేటా సిగ్నల్ కరెక్షన్ గురించి చర్చిద్దాం.

1. పవర్ ఇంజెక్షన్: ఎ. శక్తిఇంజక్షన్ అవగాహన: వోల్టేజ్‌పతనం పిక్సెల్‌లకు స్థిరమైన విద్యుత్ సరఫరాను భర్తీ చేయండి మరియు అందించండినిర్ధారించుటకు పిక్సెల్ LED సిస్టమ్‌లోని నిర్దిష్ట పాయింట్ల వద్ద అదనపు పవర్‌ర్మాలాలు దానికి తోడు పవర్ ఇంజెక్షన్. బి. పవర్ ఇంజెక్షన్ పాయింట్లను గుర్తించడం: LED స్ట్రిప్ యొక్క పొడవు లేదా LED సిస్టమ్ యొక్క పిక్సెల్‌లేఅవుట్ ప్రాథమికంగా పవర్ ఇంజెక్షన్ అవసరంస్థలాలు గుర్తించడానికి. ఈ పాయింట్లు సాధారణంగా పొడవైన కేబుల్ పరుగులు లేదా అధిక విద్యుత్ వినియోగం కారణంగా గణనీయమైన వోల్టేజ్ తగ్గుదలని కలిగి ఉంటాయి. సి. విద్యుత్ అవసరాలను గణించడం: LED స్ట్రిప్స్ మరియు విద్యుత్తు యొక్క విద్యుత్

వినియోగంపంపిణీ నుండి E. దూరాన్ని
పరిగణనలోకి తీసుకుంటుందిఇంజెక్షన్ కోసం
అదనపు అవసరంశక్తి లెక్కించు. తయారీదారు
యొక్కస్పెసిఫికేషన్లు చూడండి లేదా
ఖచ్చితంగాలెక్కల ఎలక్ట్రికల్ ఇంజెక్షన్‌డ్ చూడండి
ఇ. పవర్ ఇంజెక్షన్ కనెక్షన్ల జోడింపు: అదనపు
విద్యుత్ వైర్లుపంపిణీ నుండి నియమించబడిన
ఎలక్ట్రికల్ ఇంజెక్షన్ పాయింట్లకు కనెక్ట్ చేయండి.
సరైనవైర్ గేజ్ మరియు సురక్షిత కనెక్షన్లను
నిర్ధారించుకోండి. వోల్టేజ్ డ్రాప్‌ను తగ్గించడానికి
సిస్టమ్ అంతటావిద్యుత్ సమానంగా పంపిణీ
చేయండి.

2. డేటా సిగ్నల్ దిద్దుబాటు: a. డేటా సిగ్నల్దిద్దుబాటు
   తెలుసుకొనుటకు: డేటా ట్రాన్స్‌మిషన్ మరియు
   రిసెప్షన్‌కు సంబంధించినదిసమస్యలు పిక్సెల్ LED
   ల యొక్క ఖచ్చితమైన మరియు స్థిరమైన
   నియంత్రణను పరిష్కరించడానికి డేటా సిగ్నల్
   కరెక్షన్ పద్ధతులు ఉపయోగించబడతాయి.
   బి. సిగ్నల్ యాంప్లిఫికేషన్: సుదీర్ఘ కేటుల్ రన్‌లో
   డేటా సిగ్నల్ బలహీనపడిన సందర్భాల్లో, సిగ్నల్
   బలాన్ని పెంచడానికి సిగ్నల్ యాంప్లిఫైయర్లు
   లేదా రిపీటర్లను ఉపయోగించండి. ఈ పరికరాలు
   పెరుగుగా ఉంటాయిసంకేతాలు వాటి పరిధిని
   విస్తరించడం మరియు విస్తరించడం ద్వారా డేటా
   సిగ్నల్ యొక్క సమగ్రతను
   నిర్వహించడానికిసహాయం చేస్తుంది.
   సి.అవకలన సిగ్నల్: సిగ్నల్ మరియు నాయిస్
   రోగనిరోధక శక్తిని మెరుగుపరచండిజోక్యం

తగ్గించడానికి, వక్రీకృత జతకేబుల్స్ లేదాఅవకలన సిగ్నల్కన్వర్టర్లు ఉపయోగించడం వంటి అవకలన సంకేతంసాంకేతికతలు యాక్టివేట్ చేయండి. ఇది డేటా లోపాలను తగ్గించడంలో సహాయపడుతుంది మరియు LED కంట్రోలర్ మరియు పిక్సెల్ LED ల మధ్య విశ్వసనీయ కమ్యూనికేషన్ను నిర్ధారిస్తుంది.

ఇ. సిగ్నల్రద్దు: సిగ్నల్ప్రతిబింబాలు బ్లాక్ చేయకుండా నిరోధించడానికి మరియు సిగ్నల్ సమగ్రతను నిర్వహించడానికి డేటా సిగ్నల్ లైన్లను సరిగ్గా ముగించండి. LED కంట్రోలర్తయారీదారు సిఫార్సు చేయబడిన టెర్మినేషన్ రెసిస్టర్లు లేదా టెర్మినేషన్ టెక్నిక్లను ఉపయోగించండి.

ఇ. గ్రౌండింగ్ మరియుషీల్డ్: సిగ్నల్లోక్యం శక్తిని తగ్గించడానికి LED కంట్రోలర్స్నరఫరా మరియు పిక్సెల్ LED శ్రేణి యొక్క సరైన గ్రౌండింగ్ను నిర్ధారించండి. విద్యుదయస్కాంతజోక్యం తగ్గించడానికి (EMI) మరియు సిగ్నల్ నాణ్యతను మెరుగుపరచడానికి షీల్డింగ్తంతులు ఉపయోగించడాన్ని పరిగణించండి

f.ఫర్మ్వేర్ తనిఖీ చేయండి మరియు నవీకరించండి: LEDకంట్రోలర్ ఫార్మ్ వేర్ తాజాగా ఉందికలిగి ఉంది దాన్ని తనిఖీ చేయండి సాఫ్ట్వేర్ సంబంధితసమస్యలు పరిష్కారం కోసం డేటా బదిలీ సామర్థ్యంమెరుగు దల ఎక్కువగా తయారీదారులుఫార్మ్ వేర్ నవీకరణలను ప్రచురించండి.రూపం రూట్ అప్డేట్ చేయడానికి తయారీదారు సూచనలను అనుసరించండి.

g. టెస్టింగ్ మరియు వెరిఫికేషన్: పవర్ ఇంజెక్షన్

మరియు డేటా సిగ్నల్ రెక్టిఫికేషన్‌సాంకేతికతలు యాక్టివేషన్ తర్వాత, విద్యుత్ సరఫరా స్థిరంగా ఉందని మరియు డేటా సిగ్నల్స్ ఖచ్చితమైనవని నిర్ధారించుకోవడానికి పిక్సెల్ LED సిస్టమ్‌ను పరీక్షించండిపిక్సెల్‌లు అవి అందాయని నిర్ధారించండి. సిస్టమ్ అంతటా రంగు అవుట్‌పుట్, ప్రకాశం మరియు సమకాలీకరణస్థిరమైన దాన్ని తనిఖీ చేయండి

చిత్రం LED సిస్టమ్‌లో పవర్ ఇంజెక్షన్ మరియు డేటా సిగ్నల్ కరెక్షన్ చేసేటప్పుడు తయారీదారు యొక్క మార్గదర్శకాలు, స్పెసిఫికేషన్లు మరియు ఉత్తమ పద్ధతులు.విధానాలు ఫాలో అప్ ముఖ్యం. మీకు ఖచ్చితంగా తెలియకుంటే లేదా అనుభవం లేకుంటే, అర్హత కలిగిన సాంకేతిక నిపుణుడునిపుణుడు సంప్రదించండి లేదా పిక్సెల్ LED సిస్టమ్‌లలో ప్రత్యేకత కలిగిన అధీకృత సేవా కేంద్రంసహాయం పొందండి

5.5 మరమ్మతు చేయబడిన పిక్సెల్ LED సిస్టమ్‌ను పరీక్షిస్తోంది

పిక్సెల్ LED సిస్టమ్ మరియు ట్రబుల్షూటింగ్‌లో మరమ్మతులు చేసిన తర్వాత, మరమ్మతు విజయవంతమైందని మరియు సిస్టమ్ ఉత్తమంగా పనిచేస్తోందని నిర్ధారించుకోవడానికి సిస్టమ్‌ను పూర్తిగా పరీక్షించడం చాలా ముఖ్యం. ఈ విభాగంలో, మరమ్మతు చేయబడిన పిక్సెల్ LED సిస్టమ్‌ను పరీక్షించడంలో ఉన్న దశలను మేము చర్చిస్తాము.

1. విద్యుత్ సరఫరా తనిఖీ: a. విద్యుత్ సరఫరా కనెక్షన్లు సురక్షితంగా కనెక్ట్ చేయబడి ఉన్నాయని నిర్ధారించుకోవడానికి మరియు పిక్సెల్ LED సిస్టమ్‌కు సరైన వోల్టేజ్ మరియు కరెంట్‌ను అందించడానికి వాటిని తనిఖీ చేయండి. బి. సిస్టమ్‌లోని వివిధ పాయింట్ల వద్ద వోల్టేజ్‌ను కొలవండి మరియు అది పేర్కొన్న పరిధిలోకి వస్తుందో లేదో తనిఖీ చేయండి. సి. విద్యుత్ సరఫరాలో ఏవైనా హెచ్చుతగ్గులు లేదా అక్రమాలకు చెక్ పెట్టడానికి మల్టీమీటర్ లేదా పవర్ సప్లై టెస్టర్‌ని ఉపయోగించండి.

2. దృశ్య తనిఖీ: a. లూజ్ కనెక్షన్లు, దెబ్బతిన్న కేటుల్లు లేదా తప్పుగా అమర్చటడిన పిక్సెల్లు వంటి ఏవైనా కనిపించే సమస్యల కోసం మొత్తం పిక్సెల్ LED సిస్టమ్‌ను దృశ్యమానంగా తనిఖీ చేయండి. బి. LED కంట్రోలర్, పిక్సెల్లు మరియు కనెక్టర్లతో సహా అన్ని భాగాలు సురక్షితంగా మరియు సరిగ్గా కనెక్ట్ చేయబడిందని నిర్ధారించుకోండి.

3. ఫంక్షనల్ టెస్టింగ్: a. పిక్సెల్ LED సెటప్‌ను ఆన్ చేసి, అన్ని పిక్సెల్లు సరిగ్గా పని చేస్తున్నాయో లేదో తనిఖీ చేయండి. బి. ప్రతి చిత్రం ఆశించిన రంగులు, ప్రకాశం స్థాయిలు మరియు నమూనాలను ప్రదర్శిస్తుందని ధృవీకరించండి. సి. సిస్టమ్ యొక్క మొత్తం పనితీరును అంచనా వేయడానికి విభిన్న పరీక్షా దృశ్యాలు లేదా ముందే ప్రోగ్రామ్ చేయబడిన లైటింగ్ ప్రభావాలను అమలు చేయండి. ఇ. గతంలో ఎదుర్కొన్న సమస్యల కోసం

తనిఖీ చేయండి మరియు అవి ఇప్పుడు సరిగ్గా పని చేస్తున్నాయి.

4. రంగు స్థిరత్వం మరియు అమరిక: a. మొత్తం పిక్సెల్ LED సిస్టమ్‌లో రంగు స్థిరత్వాన్ని అంచనా వేయండి. పొరుగున ఉన్న పిక్సెల్‌లు లేదా విభాగాలు స్థిరమైన రంగులు మరియు ప్రకాశం స్థాయిలను ప్రదర్శిస్తున్నాయని నిర్ధారించుకోండి. బి. సరైన మరియు స్థిరమైన రంగు అవుట్‌పుట్‌ను సాధించడానికి, వర్తిస్తే, LED కంట్రోలర్‌లో రంగు అమరిక సెట్టింగ్‌లను సర్దుబాటు చేయండి.

5. సిగ్నల్ పరీక్ష: a. LED కంట్రోలర్ మరియు పిక్సెల్‌ల మధ్య డేటా ట్రాన్స్‌మిషన్ మరియు రిసెప్షన్‌ను పరీక్షించండి. బి. సిగ్నల్‌లను నియంత్రించడానికి మరియు సరిగ్గా సమకాలీకరించడానికి అన్ని పిక్సెల్‌లు సరిగ్గా స్పందిస్తాయని ధృవీకరించండి. సి. LED కంట్రోలర్ నుండి రంగు, ప్రకాశం లేదా యానిమేషన్ ఆదేశాలలో మార్పులకు సిస్టమ్ ప్రతిస్పందనను పరీక్షించండి.

6. పనితీరు మరియు ఒత్తిడి పరీక్ష: a. తీవ్రమైన లేదా సంక్లిష్టమైన లైటింగ్ ప్రభావాలు, రంగు పరివర్తనాలు మరియు యానిమేషన్‌లను ప్రారంభించడం ద్వారా సిస్టమ్‌ను దాని పరిమితులకు నెట్టండి. బి. సిస్టమ్ పనితీరును పర్యవేక్షించండి మరియు అది మినుకుమినుకుమనే, వెనుకటడి లేదా ప్రతిస్పందించని పిక్సెల్‌ల వంటి సమస్యలు లేకుండా లోడ్‌ను నిర్వహించగలదని నిర్ధారించుకోండి.

7. పత్రం: ఎ. గమనించిన సమస్యలు, వాటి రిజల్యూషన్లు మరియు మరమ్మతు చేయబడిన పిక్సెల్ LED సిస్టమ్ యొక్క మొత్తం పనితీరుతో సహా పరీక్ష ప్రక్రియ యొక్క వివరణాత్మక డాక్యుమెంటేషన్ను నిర్వహించండి. బి. ఈ పత్రం భవిష్యత్ నిర్వహణ మరియు ట్రబుల్షూటింగ్ కోసం సూచనగా పనిచేస్తుంది.

పరీక్ష సమయంలో ఏవైనా సమస్యలు కనిపిస్తే, అవసరమైన మరమ్మతు దశలను పునరావృతం చేయండి లేదా తదుపరి సహాయం కోసం తయారీదారు యొక్క సాంకేతిక మద్దతు లేదా అర్హత కలిగిన సాంకేతిక నిపుణుడిని సంప్రదించండి. నిరంతర కార్యాచరణ మరియు పనితీరును నిర్ధారించడానికి పిక్సెల్ LED కాల్ను క్రమం తప్పకుండా పర్యవేక్షించండి.

అధ్యాయం 6: నివారణ నిర్వహణ మరియు చిట్కాలు

6.1 సాధారణ నిర్వహణ యొక్క ప్రాముఖ్యత

PAR ల్యాంప్స్, SMPS మరియు పిక్సెల్ LED సిస్టమ్ల సుదీర్ఘ జీవితకాలం మరియు సరైన పనితీరు కోసం రెగ్యులర్ మెయింటెనెన్స్ అవసరం. ఇది సంభావ్య సమస్యలను నివారించడంలో సహాయపడుతుంది, పరికరాల జీవితాన్ని పొడిగిస్తుంది మరియు ఇది విశ్వసనీయంగా పనిచేస్తుందని నిర్ధారిస్తుంది. ఈ అధ్యాయంలో, ఈ వ్యవస్థల కోసం సాధారణ నిర్వహణ యొక్క ప్రాముఖ్యతను మేము చర్చిస్తాము.

1. ఎక్విప్మెంట్ లైఫ్స్పాన్: రెగ్యులర్ మెయింటెనెన్స్ PAR ల్యాంప్స్, SMPS మరియు పిక్సెల్ LED సిస్టమ్ల జీవితాన్ని పొడిగించడంలో సహాయపడుతుంది. చిన్న సమస్యలను ముందుగానే కనుగొని పరిష్కరించడం ద్వారా, ఖరీదైన మరమ్మతులు లేదా భాగాలను మార్చడం అవసరమయ్యే పెద్ద సమస్యలను మీరు నివారించవచ్చు.

2. పనితీరు ఆప్టిమైజేషన్: సరైన నిర్వహణ పరికరం ఉత్తమంగా పని చేస్తుందని నిర్ధారిస్తుంది. రెగ్యులర్ క్లీనింగ్, క్రమాంకనం మరియు తనిఖీ వాంఛనీయ పనితీరు, రంగు ఖచ్చితత్వం మరియు ప్రకాశం స్థాయిలను నిర్వహించడానికి సహాయపడుతుంది. PAR దీపాలకు కావలసిన లైటింగ్ ప్రభావాలను

అందించడానికి, స్థిరమైన విద్యుత్ సరఫరా కోసం SMPS మరియు శక్తివంతమైన మరియు సమకాలీకరించబడిన డిస్ప్లేలను ప్రదర్శించడానికి పిక్సెల్ LED వ్యవస్థలకు ఇది చాలా ముఖ్యం.

3. మెరుగైన విశ్వసనీయత: సాధారణ నిర్వహణ క్లిష్టమైన సంఘటనలు లేదా ప్రోగ్రామ్‌ల సమయంలో ఊహించని వైఫల్యాలు లేదా వైఫల్యాల ప్రమాదాన్ని తగ్గిస్తుంది. పరికరాలను క్రమం తప్పకుండా తనిఖీ చేయడం మరియు సర్వీసింగ్ చేయడం ద్వారా, అవసరమైనప్పుడు అది విశ్వసనీయంగా పనిచేస్తుందని మీరు నిర్ధారించుకోవచ్చు మరియు సంభావ్య సమస్యలను గుర్తించి పరిష్కరించవచ్చు.

4. ఖర్చు ఆదా: నివారణ నిర్వహణ దీర్ఘకాలంలో మీ డబ్బును ఆదా చేస్తుంది. సమస్యలను ముందుగానే సరిదిద్దడం ద్వారా మరియు సాధారణ నిర్వహణను నిర్వహించడం ద్వారా, ఖరీదైన అత్యవసర మరమ్మతులు లేదా భర్తీలను నివారించవచ్చు. సాధారణ నిర్వహణలో పెట్టుబడి పెట్టడం సాధారణంగా నిర్లక్ష్యం చేయబడిన పరికరాల యొక్క పరిణామాలతో వ్యవహరించడం కంటే ఎక్కువ ఖర్చుతో కూడుకున్నది.

5. భద్రతా హామీ: PAR దీపాలు, SMPS మరియు పిక్సెల్ LED సిస్టమ్‌ల భద్రతను నిర్ధారించడంలో నిర్వహణ ముఖ్యమైన పాత్ర పోషిస్తుంది. సాధారణ తనిఖీలు విరిగిన కేబుల్‌లు లేదా భద్రతా ప్రమాదాన్ని కలిగించే వదులుగా ఉండే కనెక్షన్‌లు వంటి విద్యుత్ లేదా యాంత్రిక ప్రమాదాలను

వెలికితీస్తాయి. ఈ సమస్యలను వెంటనే పరిష్కరించడం ద్వారా, మీరు సురక్షితమైన పని వాతావరణాన్ని నిర్వహించవచ్చు.

6. వారంటీ మరియు బీమా వర్తింపు: వారంటీ కవరేజీని నిర్వహించడానికి లేదా బీమా పాలసీలకు అనుగుణంగా సాధారణ నిర్వహణ అవసరం కావచ్చు. ఏదైనా నిర్వహణ బాధ్యతలను అర్థం చేసుకోవడానికి మీ వారంటీ లేదా బీమా ఒప్పందాల నిబంధనలు మరియు షరతులను తనిఖీ చేయడం ముఖ్యం.

7. డాక్యుమెంటేషన్ మరియు రికార్డింగ్: తనిఖీలు, మరమ్మతులు మరియు భర్తీలతో సహ అన్ని నిర్వహణ కార్యకలాపాల యొక్క వివరణాత్మక రికార్డులను ఉంచండి. ఈ పత్రం భవిష్యత్ నిర్వహణ, మరమ్మతులు మరియు వారంటీ క్లెయిమ్‌లకు సూచనగా కూడా పనిచేస్తుంది. ఇది పరికరాల చరిత్రను ట్రాక్ చేయడంలో సహాయపడుతుంది, నిర్వహణ విధానాలలో స్థిరత్వాన్ని నిర్ధారిస్తుంది మరియు సిస్టమ్ పనితీరు మరియు విశ్వసనీయతపై విలువైన అంతర్దృష్టులను అందిస్తుంది.

గుర్తుంచుకోండి, ప్రతి రకమైన పరికరాలకు తయారీదారు పేర్కొన్న నిర్దిష్ట నిర్వహణ అవసరాలు ఉన్నాయి. నిర్వహణ విరామాలు, శుభ్రపరిచే విధానాలు మరియు మీ PAR ల్యాంప్‌లు, SMPS మరియు పిక్సెల్ LED సిస్టమ్‌ల కోసం ఏవైనా నిర్దిష్ట పరిశీలనల కోసం వారి మార్గదర్శకాలు మరియు సిఫార్సులను అనుసరించండి. రెగ్యులర్ నిర్వహణ

మీ పరికరాలను సరైన స్థితిలో ఉంచడంలో సహాయపడుతుంది మరియు దాని దీర్ఘాయువు మరియు విశ్వసనీయ పనితీరును నిర్ధారిస్తుంది.

6.2 శుభ్రపరచడం మరియు దీర్ఘాయువు నిర్వహణ

PAR దీపాలు, SMPS మరియు పిక్సెల్ LED సిస్టమ్‌ల జీవితకాలం మరియు వాంఛనీయ పనితీరును నిర్వహించడానికి సరైన శుభ్రపరచడం మరియు సంరక్షణ అవసరం. రెగ్యులర్ క్లీనింగ్ దుమ్ము ఏర్పడకుండా నిరోధించడంలో సహాయపడుతుంది, పరికరాలను మంచి స్థితిలో ఉంచుతుంది మరియు నమ్మకమైన ఆపరేషన్‌ను నిర్ధారిస్తుంది. ఈ విభాగంలో, మేము ఈ వ్యవస్థల కోసం శుభ్రపరచడం మరియు నిర్వహణ చిట్కాలను చర్చిస్తాము.

1. PAR దీపాలను శుభ్రపరచడం: a. పవర్ ఆఫ్: PAR లైట్లను శుభ్రపరిచే ముందు, విద్యుత్ ప్రమాదాలను నివారించడానికి అవి ఆఫ్ చేయబడి, పవర్ సోర్స్ నుండి డిస్‌కనెక్ట్ చేయబడిందని నిర్ధారించుకోండి.
బి. దుమ్ము తొలగింపు: PAR దీపాల బయటి ఉపరితలం నుండి దుమ్ము మరియు చెత్తను తొలగించడానికి మృదువైన బ్రష్ లేదా సంపీడన గాలిని ఉపయోగించండి. వెంటిలేషన్ ప్రాంతాలు మరియు శీతలీకరణ అభిమానులకు శ్రద్ధ వహించండి, ఎందుకంటే దుమ్ము చేరడం వారి పనితీరును ప్రభావితం చేస్తుంది.
సి. లెన్స్ క్లీనింగ్: లెన్స్ క్లీనింగ్ సొల్యూషన్ మరియు లింట్-ఫ్రీ క్లాత్‌ని ఉపయోగించి PAR ల్యాంప్‌ల లెన్స్‌లను శుభ్రం చేయండి. స్కడ్డలు లేదా వేలిముద్రలను తొలగించడానికి లెన్స్‌లను

వృత్తాకార కదలికలో సున్నితంగా తుడవండి. లెన్స్ యొక్క ఉపరితలంపై గీతలు పడగల రాపిడి పదార్థాలను ఉపయోగించడం మానుకోండి.

ఇ. రిఫ్లెక్టర్లు మరియు అంతర్గత శుభ్రపరచడం: అవసరమైతే, రిఫ్లెక్టర్లు మరియు అంతర్గత భాగాలను యాక్సెస్ చేయడానికి PAR లైట్ యొక్క వచనాన్ని తీసివేయండి. రిఫ్లెక్టర్లు మరియు ఇతర అంతర్గత భాగాలను శుభ్రం చేయడానికి కంప్రెస్డ్ ఎయిర్ లేదా సాఫ్ట్ బ్రష్ ఉపయోగించండి. విద్యుత్ కనెక్షన్లను తాకకుండా లేదా దెబ్బతినకుండా జాగ్రత్త వహించండి.

ఇ. కేబుల్ తనిఖీ: పవర్ కేబుల్స్ మరియు సిగ్నల్ కేబుల్స్ ఏవైనా దుస్తులు లేదా పాడైపోయాయో లేదో తనిఖీ చేయండి. సురక్షితమైన మరియు నమ్మదగిన ఆపరేషన్‌ను నిర్ధారించడానికి విరిగిన లేదా దెబ్బతిన్న కేబుల్‌లను మార్చండి.

- ○ SMPS శుభ్రపరచడం: a. పవర్ ఆఫ్: SMSను శుభ్రపరిచే ముందు, విద్యుత్ ప్రమాదాలను నివారించడానికి విద్యుత్ శక్తి మూలం నుండి పవర్ డిస్‌కనెక్ట్ చేయబడిందని నిర్ధారించుకోండి. బి. బాహ్య క్లీనింగ్: SMPS యొక్క బాహ్య ఉపరితలాన్ని శుభ్రం చేయడానికి మృదువైన, పొడి వస్త్రాన్ని ఉపయోగించండి. శీతలీకరణ వ్యవస్థలో జోక్యం చేసుకోకుండా నిరోధించడానికి ఏవైనా దుమ్ము లేదా ధూళిని తొలగించండి.

సి. ఎయిర్ వెంట్ క్లీనింగ్: కంప్రెస్డ్ ఎయిర్ లేదా సాఫ్ట్ బ్రష్‌ని ఉపయోగించి ఎయిర్ వెంట్స్ మరియు కూలింగ్ ఫ్యాన్‌ల నుండి దుమ్ము లేదా చెత్తను శుభ్రం చేయండి. ఇది సరైన వెంటిలేషన్ నిర్వహించడానికి మరియు వేడెక్కడం నిరోధిస్తుంది.

ఇ. అంతర్గత శుభ్రపరచడం: అవసరమైతే, అంతర్గత భాగాలను యాక్సెస్ చేయడానికి SMPS ఎన్‌క్లోజర్‌ను జాగ్రత్తగా తెరవండి. సర్క్యూట్ బోర్డ్‌లు మరియు ఇతర అంతర్గత భాగాల నుండి దుమ్మును తొలగించడానికి సంపీడన గాలి లేదా మృదువైన బ్రష్‌ను ఉపయోగించండి. ఏదైనా సున్నితమైన భాగాలను తాకకుండా లేదా దెబ్బతినకుండా జాగ్రత్త వహించండి.

ఇ. కేబుల్ తనిఖీ: పవర్ కేబుల్స్ మరియు కనెక్టర్లకు ఏదైనా నష్టం లేదా అరిగిపోయినట్లయితే వాటిని తనిఖీ చేయండి. సురక్షితమైన మరియు నమ్మదగిన ఆపరేషన్‌ను నిర్ధారించడానికి ఏదైనా దెబ్బతిన్న లేదా దెబ్బతిన్న కేబుల్‌లను భర్తీ చేయండి.

2. క్లీనింగ్ పిక్సెల్ LED సిస్టమ్స్: a. పవర్ ఆఫ్: విద్యుత్ ప్రమాదాలను నివారించడానికి, Pixel LED సిస్టమ్‌ను ఆఫ్ చేసి, శుభ్రపరిచే ముందు పవర్ సోర్స్ నుండి డిస్‌కనెక్ట్ చేయండి.

బి. బాహ్య క్లీనింగ్: LED కంట్రోలర్, పిక్సెల్ ప్యానెల్లు

మరియు కనెక్టర్లతో సహా పిక్సెల్ LED సిస్టమ్ యొక్క బాహ్య ఉపరితలాలను శుభ్రం చేయడానికి మృదువైన, పొడి వస్త్రాన్ని ఉపయోగించండి. పేరుకుపోయిన దుమ్ము లేదా ధూళిని తొలగించండి.

సి. పిక్సెల్ ప్యానెల్ శుభ్రపరచడం: పిక్సెల్ ప్యానెల్లను శుభ్రం చేయడానికి తయారీదారు సూచనలను అనుసరించండి. ప్యానెళ్ల రకాన్ని బట్టి, తయారీదారు సిఫార్సు చేసిన మైక్రోఫైబర్ క్లాత్ లేదా తేలికపాటి శుభ్రపరిచే పరిష్కరాన్ని ఉపయోగించండి. ప్యానెళ్లకు హాని కలిగించే అధిక ఒత్తిడి లేదా రాపిడి పదార్థాలను ఉపయోగించడం మానుకోండి.

ఇ. కేబుల్ తనిఖీ: ఏదైనా నష్టం, వదులుగా ఉన్న కనెక్షన్లు లేదా దుస్తులు ధరించే సంకేతాల కోసం కేబుల్లు మరియు కనెక్టర్లను తనిఖీ చేయండి. విశ్వసనీయమైన ఆపరేషన్ను నిర్వహించడానికి ఏదైనా తప్పు కేబుల్లు లేదా కనెక్షన్లను భర్తీ చేయండి.

3. సాధారణ శుభ్రపరిచే చిట్కాలు: a. లిక్విడ్లను నివారించండి: పరికరాలపై నేరుగా లిక్విడ్ క్లీనర్లను ఉపయోగించవద్దు. బదులుగా, క్లీనర్ను మృదువైన గుడ్డ లేదా స్పాంజితో వర్తించండి, ఆపై ఉపరితలాలను సున్నితంగా శుభ్రం చేయండి.

బి. రాపిడిని నివారించండి: రాపిడి ఉత్పత్తులు, కఠినమైన రసాయనాలు లేదా పరికరాలను స్క్రాచ్ చేసే లేదా దెబ్బతీసే రాపిడి క్లీనర్లను ఉపయోగించకుండా ఉండండి.

సి. రొటీన్ మెయింటెనెన్స్: పనితీరును ప్రభావితం చేసే దుమ్ము, ధూళి లేదా ధూళిని నివారించడానికి క్రమం తప్పకుండా శుభ్రం చేయండి.

6.3 కాంపోనెంట్ జీవితాన్ని పొడిగించడానికి ఉత్తమ పద్ధతులు

PAR దీపాలు, SMPS మరియు పిక్సెల్ LED సిస్టమ్‌ల దీర్ఘాయువు మరియు విశ్వసనీయ పనితీరును నిర్ధారించడానికి, కాంపోనెంట్ కేర్ మరియు మెయింటెనెన్స్ కోసం ఉత్తమ పద్ధతులను అనుసరించడం చాలా ముఖ్యం. ఈ నిబంధనలను అమలు చేయడం ద్వారా, మీరు పరికరాల జీవితాన్ని పొడిగించవచ్చు మరియు వైఫల్యాలు లేదా వైఫల్యాల ప్రమాదాన్ని తగ్గించవచ్చు. ఈ విభాగంలో, పరిగణించవలసిన కొన్ని ఉత్తమ అభ్యాసాలను మేము చర్చిస్తాము.

1. సరైన శక్తి నిర్వహణ: a. విశ్వసనీయమైన పవర్ సోర్స్‌లను ఉపయోగించండి: పవర్ హెచ్చుతగ్గులు లేదా కాంపోనెంట్‌లకు నష్టం జరగకుండా PAR ల్యాంప్‌లు, SMPS మరియు పిక్సెల్ LED సిస్టమ్‌లు స్థిరమైన మరియు సరిగ్గా గ్రౌండెడ్ పవర్ సోర్స్‌లకు కనెక్ట్ చేయబడిందని నిర్ధారించుకోండి. బి. సర్క్యూట్‌ని ఓవర్‌లోడ్ చేయడాన్ని నివారించండి: అధిక పరికరాలతో విద్యుత్ సరఫరాను ఓవర్‌లోడ్ చేయవద్దు లేదా సిస్టమ్ నిర్వహించగలిగే దానికంటే ఎక్కువ శక్తిని పొందవద్దు. పరికరాల విద్యుత్ అవసరాలను తనిఖీ చేయండి మరియు తగినంత విద్యుత్ సరఫరాను నిర్ధారించండి. సి. సర్జ్ ప్రొటెక్టర్‌లను ఉపయోగించండి: సర్జ్‌లు లేదా సర్జ్‌ల నుండి పరికరాలను రక్షించడానికి సర్జ్

ప్రొటెక్టర్లు లేదా వోల్టేజ్ స్టెబిలైజర్లను ఇన్‌స్టాల్ చేయండి.

2. తగినంత వెంటిలేషన్: a. సరైన వెంటిలేషన్‌ను నిర్వహించండి: PAR ల్యాంప్‌లు, SMPS మరియు పిక్సెల్ LED సిస్టమ్‌లు వేడిని సమర్థవంతంగా వెదజల్లడానికి తగిన వెంటిలేషన్‌ను కలిగి ఉన్నాయని నిర్ధారించుకోండి. వాటిని మూసివేసిన ప్రదేశాలలో ఉంచడం లేదా వెంటిలేషన్ లక్షణాలను నిరోధించడం మానుకోండి.

బి. శీతలీకరణ భాగాలను శుభ్రం చేయండి: గాలి ప్రవాహాన్ని నిరోధించి వేడెక్కడానికి కారణమయ్యే దుమ్ము మరియు చెత్తను తొలగించడానికి కూలింగ్ ఫ్యాన్‌లు మరియు ఫ్రోడ్‌లను తరచుగా శుభ్రం చేయండి.

3. సురక్షిత నిర్వహణ మరియు రవాణా: a. జాగ్రత్తగా నిర్వహించండి: PAR ల్యాంప్‌లు, SMPS మరియు పిక్సెల్ LED సిస్టమ్‌లను తరలించేటప్పుడు లేదా హ్యాండిల్ చేస్తున్నప్పుడు, అంతర్గత నష్టానికి దారితీసే భాగాలు పడిపోకుండా లేదా ట్రిప్ చేయకుండా జాగ్రత్త వహించండి.

బి. సురక్షిత రవాణా: రవాణా సమయంలో, భౌతిక ప్రభావం లేదా కంపనం నుండి పరికరాలను రక్షించడానికి తగిన ప్యాకేజింగ్ లేదా కేసులను ఉపయోగించండి.

4. అధిక వేడి మరియు తేమను నివారించండి: a. విపరీతమైన వేడి పరిస్థితులను నివారించండి: PAR దీపాలు, SMPS మరియు పిక్సెల్ LED సిస్టమ్‌లను విపరీతమైన ఉష్ణ మూలాలు, ప్రత్యక్ష

సూర్యకాంతి లేదా అత్యంత శీతల వాతావరణాల నుండి దూరంగా ఉంచండి, ఎందుకంటే ఈ పరిస్థితులు భాగాల పనితీరు మరియు జీవితకాలాన్ని ప్రభావితం చేస్తాయి.

బి. తేమ స్థాయిని నియంత్రించడం: అధిక తేమ ఎలక్ట్రానిక్ భాగాలలో తేమకు సంబంధించిన సమస్యలను కలిగిస్తుంది. నిల్వ మరియు నిర్వహణ వాతావరణంలో తగిన తేమను నిర్వహించండి.

5. సాధారణ పరిశోధనలు: ఎ. దృశ్య తనిఖీలు: PAR దీపాలు, SMPS మరియు పిక్సెల్ LED వ్యవస్థలు దెబ్బతిన్న, వదులుగా ఉన్న కనెక్షన్లు లేదా ధరించే సంకేతాల కోసం దృశ్య తనిఖీలను నిర్వహించండి. ఏదైనా సమస్యలుంటే వెంటనే పరిష్కరించండి.

బి. సామగ్రి తనిఖీ: దుస్తులు, నష్టం లేదా తుప్పు సంకేతాల కోసం కేబుల్స్, కనెక్టర్లు, సర్క్యూట్ బోర్డులు మరియు ఇతర అంతర్గత భాగాలు క్రమం తప్పకుండా తనిఖీ చేయండి. ఏదైనా లోపభూయిష్ట భాగాలు అవసరమైతే భర్తీ చేయండి.

6. తయారీదారు సూచనలను అనుసరించండి: a. తయారీదారు డాక్యుమెంటేషన్ను సంప్రదించండి: PAR దీపాలు, SMPS మరియు పిక్సెల్ LED సిస్టమ్ల ఇన్‌స్టాలేషన్, ఉపయోగం, నిర్వహణ మరియు ట్రబుల్షూటింగ్ కోసం తయారీదారు మార్గదర్శకాలు అనుసరించండి. ఈ మార్గదర్శకాలు పరికరాలకు ప్రత్యేకమైనవి మరియు సరైన పనితీరు మరియు దీర్ఘాయువును

నిర్ధారించడంలో సహాయపడతాయి.

బి. హార్డ్‌వేర్ మరియు సాఫ్ట్‌వేర్ అప్‌డేట్లు: తయారీదారు అందించిన తాజా ఫర్మ్‌వేర్ లేదా సాఫ్ట్‌వేర్ విడుదలలతో తాజాగా ఉండండి. ఈ నవీకరణలు బగ్ పరిష్కారాలు, పనితీరు మెరుగుదలలు లేదా పరికర కార్యాచరణను మెరుగుపరిచే కొత్త ఫీచర్లు ఉన్నాయి.

7. సాధారణ క్రమాంకనం మరియు పరీక్ష: a. రంగు మరియు ప్రకాశాన్ని కాలిట్రేట్ చేయండి: తయారీదారు అందించిన కాలిట్రేషన్ సాధనాలు లేదా సాఫ్ట్‌వేర్‌ని ఉపయోగించి PAR దీపాలు మరియు పిక్సెల్ LED సిస్టమ్‌ల రంగు ఖచ్చితత్వం మరియు ప్రకాశం స్థాయిలను కాలానుగుణంగా క్రమాంకనం చేయండి.

బి. పనితీరు పరీక్షలను నిర్వహించండి: పిక్సెల్ LED సిస్టమ్‌ల ఆపరేషన్ మరియు సింక్రొనైజేషన్‌ని ధృవీకరించడానికి సాధారణ పనితీరు పరీక్షలను నిర్వహించండి మరియు సిగ్నల్‌లను నియంత్రించడానికి అన్ని పిక్సెల్‌లు సరిగ్గా ప్రతిస్పందిస్తున్నాయని నిర్ధారించుకోండి.

ఈ ఉత్తమ పద్ధతులు అనుసరించడం ద్వారా, మీరు PAR దీపాలు, SMPS మరియు పిక్సెల్ LED సిస్టమ్‌ల జీవితకాలం మరియు విశ్వసనీయతను పెంచుకోవచ్చు. క్రమమైన నిర్వహణ, సురక్షితమైన నిర్వహణ మరియు తయారీదారు మార్గదర్శకాలను అనుసరించి సరైన పనితీరును నిర్ధారించడానికి కీలకం.

6.4 పిక్సెల్ LED సిస్టమ్స్ యొక్క సాఫ్ట్‌వేర్ అప్‌డేట్‌లు మరియు సాఫ్ట్‌వేర్ అప్‌గ్రేడ్‌లు

సాఫ్ట్‌వేర్ అప్‌డేట్‌లు మరియు ఫర్మ్‌వేర్ అప్‌గ్రేడ్‌లు పిక్సెల్ LED సిస్టమ్‌ల యొక్క సరైన పనితీరు మరియు కార్యాచరణను నిర్వహించడంలో ముఖ్యమైన పాత్ర పోషిస్తాయి. బగలను నివారించడానికి, కొత్త ఫీచర్‌లను పరిచయం చేయడానికి, పనితీరును మెరుగుపరచడానికి లేదా అనుకూలతను మెరుగుపరచడానికి తయారీదారులు తరచుగా అప్‌డేట్‌లను విడుదల చేస్తారు. ఈ విభాగంలో, Pixel LED సిస్టమ్‌ల కోసం సాఫ్ట్‌వేర్ అప్‌డేట్‌లు మరియు ఫర్మ్‌వేర్ అప్‌డేట్‌ల యొక్క ప్రాముఖ్యతను మరియు వాటిని ఎలా సమర్ధవంతంగా నిర్వహించాలి మేము చర్చిస్తాము.

1. సాఫ్ట్‌వేర్ అప్‌గ్రేడ్‌లు మరియు సాఫ్ట్‌వేర్ అప్‌గ్రేడ్ ప్రయోజనాలు: a. బగ్ పరిష్కారాలు: అప్‌డేట్‌లలో తరచుగా తెలిసిన బగ్‌లు లేదా వినియోగదారులు నివేదించిన సమస్యలు పరిష్కారాలు ఉంటాయి. ఈ అప్‌డేట్‌లను వర్తింపజేయడం వలన Pixel LED సిస్టమ్‌లో ఏవైనా అవాంతరాలు లేదా ఊహించని ప్రవర్తనను పరిష్కరించడంలో సహాయపడుతుంది. బి. పనితీరు మెరుగుదలలు: తయారీదారులు పిక్సెల్ LED సిస్టమ్ పనితీరును మెరుగుపరచడానికి, రంగు ఖచ్చితత్వాన్ని మెరుగుపరచడానికి, రేట్లు లేదా మొత్తం ప్రతిస్పందనను మెరుగుపరచడానికి నవీకరణలను విడుదల చేయవచ్చు.

సి. కొత్త ఫీచర్లు: పిక్సెల్ LED సిస్టమ్ సామర్థ్యాలను మెరుగుపరిచే కొత్త ఫీచర్లు లేదా ఫంక్షన్లను అప్‌డేట్లు పరిచయం చేయవచ్చు. ఈ జోడింపులు సృజనాత్మక అవకాశాలను విస్తరింపజేస్తాయి మరియు మరింత డైనమిక్ విజువల్ డిస్‌ప్లేలను అనుమతిస్తాయి.

ఇ. అనుకూలత మెరుగుదలలు: అప్‌డేట్లు బాహ్య పరికరాలు, నియంత్రణ ప్రోటోకాల్లు లేదా సాఫ్ట్‌వేర్ సిస్టమ్‌లతో అనుకూలత సమస్యలను పరిష్కరిస్తాయి, అతుకులు లేని ఏకీకరణ మరియు కార్యాచరణను నిర్ధారిస్తాయి.

2. సాఫ్ట్‌వేర్ అప్‌గ్రేడ్లు మరియు సాఫ్ట్‌వేర్ అప్‌గ్రేడ్ల కోసం సిద్ధమవుతోంది: a. బ్యాకప్ డేటా: ఏదైనా అప్‌డేట్ చేసే ముందు, పిక్సెల్ LED సిస్టమ్‌లో ఇప్పటికే ఉన్న సెట్టింగ్‌లు, కాన్ఫిగరేషన్లు మరియు కంటెంట్‌ను బ్యాకప్ చేయడం అవసరం. నవీకరణ సమయంలో ఊహించని సమస్యలు ఎదురైతే మీరు మీ మునుపటి సిస్టమ్‌ని పునరుద్ధరించవచ్చని ఇది నిర్ధారిస్తుంది.

బి. డాక్యుమెంటేషన్‌ను చదవండి: మార్పులు, ఇన్‌స్టాలేషన్ అవసరాలు మరియు అందించిన ఏవైనా నిర్దిష్ట సూచనలతో అర్థం చేసుకోవడానికి నవీకరణ తయారీదారు డాక్యుమెంటేషన్, విడుదల గమనికలు లేదా వినియోగదారు మాన్యువల్లను సమీక్షించండి.

సి. సిస్టమ్ అనుకూలతను తనిఖీ చేయండి: మీ Pixel LED సిస్టమ్ సాఫ్ట్‌వేర్ అప్‌డేట్ లేదా ఫర్మ్‌వేర్ అప్‌డేట్కు అనుకూలంగా ఉందో లేదో

తనిఖీ చేయండి. కొన్ని అప్‌డేట్‌లు నిర్దిష్ట మొడల్‌లు లేదా సాఫ్ట్‌వేర్ కోర్సులకు మాత్రమే వర్తిస్తాయి.

3. సాఫ్ట్‌వేర్ అప్‌డేట్‌లు మరియు సాఫ్ట్‌వేర్ అప్‌గ్రేడ్‌లు చేయడం: a. నవీకరణను పొందండి: మీ Pixel LED సిస్టమ్ కోసం తాజా సాఫ్ట్‌వేర్ అప్‌డేట్ లేదా ఫర్మ్‌వేర్ అప్‌గ్రేడ్‌ను డౌన్‌లోడ్ చేయడానికి, తయారీదారు వెబ్‌సైట్ లేదా అధికారిక మద్దతు ఛానెల్‌లను సందర్శించండి.

బి. ఇన్‌స్టాలేషన్ దశలు: అప్‌డేట్‌ను ఇన్‌స్టాల్ చేయడానికి అందించిన సూచనలను జాగ్రత్తగా అనుసరించండి. USB, SD కార్డ్ ద్వారా అప్‌డేట్ ఫైల్‌ను Pixel LED సిస్టమ్‌కు బదిలీ చేయడం లేదా తయారీదారు అందించిన ప్రత్యేక సాఫ్ట్‌వేర్ సాధనాలను ఉపయోగించడం వంటివి ఇందులో ఉన్నాయి.

సి. పవర్ మరియు కనెక్టివిటీ: అప్‌డేట్ ప్రాసెస్ సమయంలో స్థిరమైన పవర్ నోర్స్ మరియు విశ్వసనీయ ఇంటర్నెట్ కనెక్షన్ (వర్తిస్తే) ఉండేలా చూసుకోండి. విద్యుత్ అంతరాయాలు లేదా అస్థిర కనెక్షన్లు నవీకరణ అంతరాయం కలిగించవచ్చు మరియు సమస్యలను కలిగిస్తాయి.

ఇ. ప్రోగ్రెస్ సూచికలను అనుసరించండి: నవీకరణ సమయంలో, Pixel LED సిస్టమ్ అందించిన ఏదైనా ప్రోగ్రెస్ సూచనలు లేదా ఆన్-స్క్రీన్ సూచనలను అనుసరించండి. నవీకరణ ప్రక్రియ పూర్తయ్యే వరకు కంప్యూటర్‌కు అంతరాయం కలిగించడం లేదా డిస్‌కనెక్ట్ చేయడం మానుకోండి.

4. పునరుద్ధరణ తర్వాత పరీక్ష మరియు క్రమాంకనం:
a. కార్యచరణను తనిఖీ చేయండి: అప్డేట్
పూర్తయిన తర్వాత, అన్ని ఫీచర్లు, నియంత్రణలు
మరియు ఫంక్షన్లు ఆశించిన విధంగా పని
చేస్తున్నాయని నిర్ధారించుకోవడానికి పిక్సెల్ LED
సిస్టమ్ను పూర్తిగా పరీక్షించండి.
బి. కంటెంట్ ధృవీకరణ: ముందుగా ఉన్న కంటెంట్
లేదా కాన్ఫిగరేషన్లు చెక్కుచెదరకుండా
ఉన్నాయని మరియు నవీకరణ తర్వాత సరిగ్గా పని
చేస్తున్నాయని ధృవీకరించండి. అవసరమైన
మార్పులు చేయండి లేదా అవసరమైతే
సెట్టింగ్లను మళ్లీ వర్తించండి.
సి. కాలిట్రేషన్ మరియు ఫైన్-ట్యూనింగ్: అప్డేట్లో
కలర్ కాలిట్రేషన్, రిఫ్రెష్ రేట్లు లేదా ఇతర డిస్ప్లే
పారామితులలో మార్పులు ఉంటే, డిస్ప్లే
నాణ్యతను మెరుగుపరచడానికి కాలిట్రేషన్ లేదా
ఫైన్-ట్రైనింగ్ విధానాలను అమలు చేయండి.

మీ Pixel LED సిస్టమ్ యొక్క సాఫ్ట్వేర్ మరియు
ఫర్మ్వేర్ను క్రమం తప్పకుండా నవీకరించడం ద్వారా, మీరు
మెరుగైన పనితీరు, కొత్త ఫీచర్లు మరియు బగ్
పరిష్కారాలను ఆస్వాదించవచ్చు. మీ సిస్టమ్ను తాజాగా
ఉంచడం వలన సజావుగా ఆపరేషన్ను నిర్ధారిస్తుంది,
అనుకూలతను పెంచుతుంది మరియు మీ Pixel LED
సిస్టమ్ సామర్థ్యాలను పూర్తిగా ఉపయోగించుకోవడానికి
మిమ్మల్ని అనుమతిస్తుంది.

ముగింపు

అభినందనలు! మీరు "PAR లాంప్, 12V SMPS, 5V SMPS మరియు పిక్సెల్ LED సిస్టమ్‌లను రిపేర్ చేయడానికి DIY గైడ్"ని పూర్తి చేశారు. ఈ ఇ-బుక్ నుండి పొందిన జ్ఞానం మరియు నైపుణ్యాలను, మీరు ఇప్పుడు వివిధ లైటింగ్ సిస్టమ్‌లను ట్రబుల్‌షూట్ చేయడానికి మరియు రిపేర్ చేయడానికి బాగా సన్నద్ధమయ్యారు. భద్రతా మార్గదర్శకాలకు కట్టుబడి ఉండాలని గుర్తుంచుకోండి మరియు లైటింగ్ పరిశ్రమలో కొత్త పద్ధతులు మరియు పరిణామాలను నిరంతరం పరిశోధించండి. మరమ్మత్తు చేయడం సంతోషంగా ఉంది!

తిరస్కరణ

ఈ పుస్తకం విద్యా మరియు సమాచార ప్రయోజనాల కోసం మాత్రమే. ఎలక్ట్రికల్ సిస్టమ్‌లను నిర్వహించేటప్పుడు ఎల్లప్పుడూ జాగ్రత్త వహించండి మరియు ఏదైనా మరమ్మతు విధానాల గురించి తెలియకుంటే వృత్తిపరమైన సహాయాన్ని పొందండి. ఈ పుస్తకంలో ఉన్న సమాచారాన్ని ఉపయోగించడం వల్ల కలిగే నష్టాలు రచయిత ప్రచురణకర్త బాధ్యత కూడా నిరాకరిస్తారు.